सेक्स वर्कर

मूळ मल्याळी लेखिका

नलिनी जमीला

अनुवाद

सुप्रिया वकील

मेहता पब्लिशिंग हाऊस

✆ +91 020-24476924 / 24460313

Email : info@mehtapublishinghouse.com
production@mehtapublishinghouse.com
sales@mehtapublishinghouse.com

Website : www.mehtapublishinghouse.com

SEX WORKER by NALINI JAMEELA

Rights Reserved Originally Published by D C Books, Kottayam

Translated in Marathi Language by Supriya Vakil

सेक्स वर्कर / अनुवादित आत्मकथन

अनुवाद : सुप्रिया वकील
१०२, यशोवर्धन अपार्टमेंट, ६५३-ई, शाहूपुरी,
३री गल्ली, कोल्हापूर. फोन : (०२३१) २६५८२८५

मराठी अनुवादाचे व प्रकाशनाचे हक्क मेहता पब्लिशिंग हाऊस, पुणे.

प्रकाशक : सुनील अनिल मेहता, मेहता पब्लिशिंग हाऊस,
१९४१, माडीवाले कॉलनी, सदाशिव पेठ, पुणे - ४११०३०.

अक्षरजुळणी : अर्चना कुलकर्णी, ए-६, रायकर पार्क, माणिकबाग,
सिंहगड रोड, पुणे - ४११०५१.

मुद्रक : जंगम ऑफसेट प्रा. लि., २५/१० नांदेड फाटा,
सिंहगड रोड, पुणे - ४११०४१.

प्रकाशनकाल : जून, २००७ / ऑगस्ट, २००८ / पुनर्मुद्रण : मे, २०१२

मुखपृष्ठ : चंद्रमोहन कुलकर्णी

किंमत : ₹ १२०/-

ISBN 81-7766-841-4

माझा लेखनप्रयत्न

२००१ सालची गोष्ट आहे. मी आत्मचरित्र लिहायचं ठरवलं. या निर्णयाला माझी एक सवय कारणीभूत ठरली, ती म्हणजे मी नेहमी बोलताना अगदी अजाणतेपणे माझ्या आयुष्यात डोकावते आणि त्याविषयी भरभरून बोलते. त्यामुळे पॉलसन आणि मैत्रेयनसारखे लोक मला नेहमी विचारायचे, की तू ही बडबड नुसती वायफळ का घालवतेस? हे सगळं 'कहाणी' म्हणून का लिहीत नाहीस? पॉलसनना कहाणी हवी होती; तर मी आत्मचरित्र लिहावं अशी मैत्रेयन यांची सूचना होती. पण तुम्हाला खरं सांगू, या दोन्हींत काय फरक असतो तेच मला फारसं ठाऊक नव्हतं.

त्यानंतर असंच एकदा, मैत्रेयन यांच्या घरी व्हिडिओ कार्यशाळेच्या दरम्यान चर्चा करत असताना त्यांनी मला पुन्हा आठवण केली, 'तू आत्मचरित्र लिहू शकतेस, नक्कीच लिहू शकतेस!'

मी त्यांना म्हणाले, 'माझ्या दृष्टीनं हे काम कठीण आहे. मला लेखनाचा विचारसुद्धा अवघड वाटतोय. मी जेव्हा भरभर लिहू लागते तेव्हा अधलीमधली अक्षरं हरवतात आणि मी जेव्हा ती अक्षरं प्रयत्नपूर्वक शोधून काढते तेव्हा मनातली कल्पनाच पुसून गेलेली असते.' सुरुवातीला हीच अडचण होती!

तथापि, माझ्यासमोर ही सूचना अनेक वेळा आली आणि अखेर २००३ साली मी आत्मचरित्र लिहिण्याचा निश्चय केला. 'फेस्टिवल ऑफ प्लेझर' म्हणजेच 'आनंदोत्सव' आयोजित करण्यासंबंधीच्या चर्चेदरम्यान आमच्या 'सपोर्ट ग्रुप'चे सदस्य राजशेखरन (ते 'सॅव्ही' मासिकात काम करतात) यांनी मला आत्मचरित्र लेखनाला कसा प्रारंभ करायचा याविषयी उपयुक्त सूचना दिल्या.

'रोज एक पान लिही. रोज सकाळी लवकर उठायचं आणि तेवढंच लिहायचं, तेवढं बास आहे. छोट्या छोट्या नोंदीसुद्धा चालतील. नंतर आपण कुणाकडून तरी त्या व्यवस्थित, सविस्तर लिहून घेऊ शकतो,' त्यांनी सांगितलं.

मी या पद्धतीनं अनेकदा लिहिण्याचा प्रयत्न केला, पण माझी गाडी काही वाक्यांच्या पुढे जाऊ शकली नाही.

''मी नलिनी. माझा जन्म अम्बाल्लूर जवळच्या कल्लूर येथे झाला. मी एकोणपन्नास वर्षांची आहे.''

एका वहीत माझ्या हातून एवढंच लिहून झालं. त्यानंतर एका गिऱ्हाईकानं ते वाचलं आणि त्यामुळं मी ते गिऱ्हाईक गमावलं. कारण, मी त्याला बेचाळीस वर्षांची असल्याचं सांगितलं होतं! आणि अशा प्रकारे या लेखनप्रयत्नाची इतिश्री झाली!

एव्हाना अनेक लोकांना मी आत्मचरित्र लिहिण्याच्या विचारात असल्याचं समजलं होतं. २००४ साली थ्रिशूरला 'केरला सोशल फोरम' मध्ये आय. गोपीनाथ मला येऊन भेटले आणि त्यांनी एक कल्पना मांडली- मी त्यांना माझा जीवनपट सांगायचा आणि त्यांनी तो लिहून घ्यायचा. मी या बेताला मान्यता दिली. त्यानंतर वर्षभरात आमच्या डझनभराहून अधिक मुलाखती झाल्या, या मुलाखती ध्वनिमुद्रित केल्या, पण दुर्दैवानं त्यातल्या बऱ्याच ध्वनिफिती हरवल्या आणि त्यांना बराचसा भाग स्मृतीवर भिस्त ठेवूनच लिहावा लागला.

हे लेखन पुस्तकरूपानं आलेलं पाहण्याच्या आतुरतेमुळं आम्ही त्यासाठी पुरेसा वेळ देऊन ते परिपूर्ण करू शकलो नाही, त्यामुळंच मी 'सुधारीत' आत्मचरित्र लिहिण्याचा निर्णय घेतला. माझ्या मित्रपरिवारानं स्वयंस्फूर्तीनं या पुस्तकात सुधारणा केल्या, ते सुद्धा माझी शैली अबाधित राखून. त्यांनी या कामी खूप परिश्रम घेतले आहेत. मी त्यांची व माझ्या आत्मचरित्राला प्रथम पुस्तकरूपाने आकार देणाऱ्या गोपीनाथ यांची कृतज्ञ आहे.

बऱ्याच जणांनी मला प्रश्न केला, की अशा प्रकारे सुधारणा करणं योग्य आहे का? अशा बाबतीत जगातल्या प्रत्येकाला लागू होणारे कुठले नियम असतात का, ते मला ठाऊक नाही, पण समजा तसे नियम असले व मी ते बदलणारी पहिली व्यक्ती असले, तरी असू दे, काही फरक पडत नाही. अखेर, मी जेव्हा देहविक्रयाला सुरुवात केली तेव्हाही मी 'रीत' म्हणून त्या वाटेवर गेले नव्हतेच!

मी प्रकाशक - रवी डी. सी. यांच्याशी बोलले. त्यांनी या आत्मचरित्राची सुधारीत आवृत्ती आणण्याचं कबूल केलं. माझं आत्मचरित्र माझे मापदंड व शैली यांना अनुरूप बनवण्यासाठी सर्वतोपरी प्रयत्न करण्याची माझी इच्छा आहे. मी या कामात मला साहाय्य करणाऱ्या प्रत्येकाची आभारी आहे.

या आत्मचरित्राची सुधारीत आवृत्ती कशाला? याचं कारण असं, की माझं आधीचं आत्मचरित्र म्हणजे, एखाद्या इमारतीच्या तिसऱ्या मजल्यावर जायचं तर, पायरीपायरीनं जिने चढून न जाता, थेट तिसऱ्या मजल्यावर धाडकन टपकण्यासारखा काहीसा प्रकार होता. पण, मला मी इथवर पोहोचण्यासाठी पार केलेल्या पायऱ्यांबद्दल, या चळवळीत सहभागी होण्याआधी माझ्याजवळ असलेल्या सामर्थ्याबद्दल अधिक तपशीलवार बोलायची इच्छा आहे.

तुम्हाला हे तापदायक वाटलं तर, कृपया मला क्षमा करा. आपण एकुलत्या एक आत्मचरित्रात एखाद्या माणसाच्या सगळ्या आठवणींचा काफिला येण्याची

अपेक्षा करू नये, असं मला वाटतं, आणि या खेपेला मी हे आत्मचरित्र शक्य - तितकं पूर्ण करण्यासाठी खूप प्रयत्न केले आहेत.

- नलिनी जमीला

१.... 'औप्यू लैंगितोळिळालीयुडे आत्मकथा' (एका देहविक्रय करणाऱ्या महिलेची आत्मकथा) (कोट्टायम : डी. सी. बुक्स, २००५) हे नलिनी जमीला यांच्या आत्मचरित्राचे पहिले रूप. या पुस्तकाच्या शंभर दिवसांत सहा आवृत्त्या निघाल्या आणि त्याच्या १३,००० प्रती विकल्या गेल्या.

स्त्री जन्मा ही तुझी कहाणी.

सहा

१

माझी अगदी पहिली आठवण : मी अडीच-तीन वर्षांची असेन. तेव्हाचं एक चित्र स्मरणपटलावर कोरलेलं आहे. माझ्या वडिलांची आई खुरडत खुरडत, दोन्ही हाता-पायांनी सरकत सरकत जवळ येतीय. तिला चालता येत नव्हतं. माझा लहान भाऊ तिला जवळ येताना पाहून किंचाळतोय, आणि ती प्रेमानं ओथंबून अंगाई गाण्याचा प्रयत्न करतेय. ती नव्वदीची होती. मलासुद्धा तिची भीती वाटायची, पण वडील सांगायचे, ती तुमची आजी आहे. या गोष्टीनं मला हायसं वाटायचं. मी चार-पाच वर्षांची झाले तेव्हा माझ्या मनातल्या भीतीची ही छाया दूर झाली. ते दृष्य अजूनही माझ्या मन:चक्षूंसमोर आहे. किंचाळणाऱ्या बाळाला कुरवाळू पाहणारी, हातापायांवर देह तोलणारी वडिलांची आई...

अभ्यास

शाळेचा पहिला दिवस होता. *चेटन*[१] शाळेतून घरी आला आणि आल्याआल्या नव्या कोऱ्या पाटीवर लिहू लागला. मलासुद्धा ती पाटी तत्क्षणी हवी होती. तेव्हा मी चार वर्षांची होते. माझा भाऊ सहा वर्षांचा होता. मी पाटीसाठी सर्व शक्तीनिशी आकांत मांडला, पण काहीही उपयोग झाला नाही. मी भयानक कल्लोळ माजवला, ती पाटी हिसकावून जमिनीवर फेकून दिली आणि मग वडिलांकडून जोरदार धपाटा मिळाला.

माझ्या असल्या उपद्रवांमुळे, माझा ताप नको म्हणून मला भावाबरोबर शाळेत घालण्यात आलं. तो मला माझ्या वर्गात सोडून मग स्वत:च्या वर्गात गेला. पण मी तिथं बसले नाही. तिथल्या लोखंडी दाराजवळ एक खांब होता, मी त्या खांबामागे जाऊन उभी राहिले. शिक्षिका वर्गात आल्या. मी दिसत नाही हे त्यांच्या ध्यानात आल्यावर त्यांनी माझ्या भावाला विचारलं. त्यानं मला वर्गात सोडून गेल्याचं सांगितलं. म्हणजे शाळेतलं एक मूल हरवलं! त्या घाबरल्या. मी भिंतीला चिकटून पावसात भिजत उभी होते. अखेर त्यांनी मला शोधून वर्गात नेलं. यामुळं मला

शाळेविषयी पहिल्यांदा वाटलेली भीती पळून गेली. आमच्या बाई पांढरी साडी नेसायच्या. त्या मला वर्गात त्रास होत नाही ना, हे पाहायच्या. मी बरोबर लिहिलं की मला 'शहाणी मुलगी' म्हणायच्या. त्यावेळी मला जो आनंद व्हायचा तो शब्दांपलीकडला आहे!

मी नऊ वर्षांची झाले, तेव्हा माझं शिक्षण संपलं. तोपर्यंत मी तीन इयत्ता उत्तीर्ण झाले होते. मला चौथीपर्यंत शिकवण्याचं घाटत होतं, कारण मी ज्या शाळेत होते, ती शाळा चौथीपर्यंतच होती.

आमच्या घरातले सगळे महत्त्वाचे निर्णय घेणारी व्यक्ती म्हणजे वल्यम्मा, माझ्या वडिलांच्या मोठ्या भावाची बायको. माझ्या शिक्षणाबाबतच्या निर्णयालाही हाच नियम लागू झाला. वल्यम्मानं फर्मान सोडलं, ''या मुलीचं तिसरीपर्यंत शिक्षण झालं आहे, आता आणखी शिकायची गरज नाही.''

वडील म्हणाले, ''तिला आणखी एखादं वर्ष शाळेत जाऊ दे, ती फक्त नऊ वर्षांची आहे.''

पण वल्यम्मा ठाम होती : ''एवढं पुरे आहे, ती भाताबिताचा हिशोब ठेवण्याइतपत शिकली आहे.''

तिची कल्पना म्हणजे मुलींना फक्त पेरलेल्या भाताचा व कापणी झालेल्या भाताचा ताळमेळ ठेवता आला म्हणजे झालं! माझ्या वडिलांनी आपलं म्हणणं पुढं दामटण्याचा प्रयत्न केला, पण वडिलांना जबाबदारीची कसली जाणीवच नव्हती हे सत्य होतं. मला शाळेत पाठवण्याचा आग्रह होता, तो माझ्या आईचा. माझी काकू अशी अडून बसल्यामुळं मला वडिलांनी सांगितलं, की तुला यावर्षी पुस्तकं मिळणार नाहीत. मला शिकायचं होतं, पण तसं वडिलांना सांगण्याचं धैर्य माझ्याजवळ नव्हतं, आणि आमच्या घरात माझ्या आईच्या कुठल्याही शब्दाला काडीची किंमत नव्हती.

त्यामुळे आता मी शाळा सोडली होती. मी दुकानात जाताना वाटेत मोठ्या मातीच्या भरावावर चढून हसतखेळत, मजेत बागडत असायची. पण हे पाप्पडमवाल्याचं घर येईपर्यंतच. शाळा दृष्टिपथात आली की माझा बांध फुटायचा. मी मोठ्यानं गळा काढून प्रचंड गोंधळ मांडायची. आपण शाळेत जाऊ शकत नाही याचं दुःख व्यक्त करता येत नसल्यामुळं मी माझे दोन्ही हात डोक्यावर धरून धाय मोकलून रडायची. माझ्याजवळ पिशवी असायची. लोक गोळा होऊन मोठ्या आस्थेनं माझे पैसे किंवा इतर काही हरवलं आहे का, याची चौकशी करायचे.

''नाही.'' मी अश्रूंच्या प्रपातात मध्येच सांगायची, ''माझे पैसे वगैरे हरवलेले नाहीत, मला शाळेत जाता येत नसल्याचं प्रचंड दुःख होतंय.''

मग ते माझं सांत्वन करण्याचा प्रयत्न करायचे. तू आता मोठी मुलगी आहेस,

शाळेत जाण्याच्या दृष्टीनं फारच मोठी, त्यामुळं तुझे वडील तुला शाळेत पाठवत नाहीत, अशी माझा समजूत घालायचे. पण माझं पालुपद असायचं, मला अभ्यास करायचा आहे, मला इंग्रजी शिकायचं आहे. यानंतर थोड्या वेळानं मी रडं थांबवून दुकानात जायची, काय खरेदी करायची असेल त्या वस्तू घेऊन घरी परतायची. हा सर्व अंक पुन्हा दुसऱ्या दिवशी तसाच घडत असे. मला वाटसरूंचं लक्ष वेधलं जाणं फार दिलासादायक वाटायचं. मी जेव्हा जेव्हा दुकानात जायची तेव्हा वाटेत हा रडण्याचा सोहळा व्हायचाच.

पण, जेव्हा हे नित्याचंच झालं तेव्हा तो लोकांना उपद्रव बनला. लोकांनी आस्थेनं विचारपूस करणं थांबवलं. जेव्हा कुणीही माझ्याकडं पाहिनासं झालं तेव्हा मी रडणं थांबवून, स्कर्टनं अश्रू पुसून चालू लागायची. माझं ते चालू लागणं आठवतं तेव्हा आजही मनात काहीतरी प्रचंड गमावल्याची जाणीव डोकं वर काढते आणि अजूनही वेदना ठसठसतात. मात्र तेव्हाची ती सगळी रडारडी, तो तमाशा, सुरुवातीचा गलबला, नंतर झालेलं दुर्लक्ष हे सगळं आठवून हसूही आवरत नाही.

'घर'

त्याकाळी आमचं घर चांगलं होतं. तीन शयनगृहं, दोन दिवाणखाने आणि एक स्वयंपाकघर असं चांगलं प्रशस्त घर होतं. आमचं घर कौलारू होतं, त्यामुळं मला आपण चांगल्या घरातले आहोत असं नेहमी वाटत असे.

आमच्या घराच्या तिन्ही बाजूला उपडे व्हरांडे होते. बाहेरच्या भिंतीलगत बांधीव बैठकीची व्यवस्था होती. व्हरांड्याच्या कडेला नेहमी पाण्याचं तपेलं भरून ठेवलेलं असायचं. आमच्या घरी येणाऱ्या कुणालाही सिमेंटच्या जमिनीवर पाऊल टाकण्याआधी त्या तपेल्यातल्या पाण्यानं पाय धुवावे लागत असत. घरात प्रवेश करताच प्रशस्त दिवाणखाना होता. त्यापलीकडे माझ्या वडिलांची खोली होती. त्याला लागून माझ्या भावाची खोली होती आणि त्यापलीकडच्या खोलीत फक्त आम्ही बायका-बायका झोपत असू. आमच्या खोलीला लागून कोठीची खोली होती आणि मग स्वयंपाकघर. आमची खोली व कोठी यांच्यासमोर आणखी एक दिवाणखाना होता. स्वयंपाकघर तर चांगलंच प्रशस्त होतं. बाकीचं आख्खं घर मिळून होईल तितकं मोठं!

त्या भागात आमच्या घराइतकी मोठी घरं क्वचितच होती. उजव्या बाजूला दलित वसाहत होती. मध्ये वेलायुधन नावाच्या माणसाचं भलंमोठं घर होतं.

मला अशा घराची पार्श्वभूमी असल्यामुळं, मी जेव्हा मातीच्या खाणीत कामाला जायची तेव्हा माझ्याकडं विशेष लक्ष जायचं. "मोठ्या घरातली मुलगी आहे," तिथले लोक म्हणायचे. मी पहिल्यांदा त्यांची ही प्रतिक्रिया ऐकली तेव्हा मला वाटलं होतं, की ते खऱ्याच मोठ्या आकाराच्या घराबद्दल बोलत आहेत, पण नंतर

विचार केल्यानंतर माझ्या ध्यानात आलं, की त्यांना मी 'मोठ्या कुटुंबा'तली आहे असं म्हणायचं असे.

ते घर माझ्या वडिलांनी बांधलं होतं. भारत स्वतंत्र झाला, त्याच दरम्यान ज्या सैनिकांना घरी पाठवण्यात आलं त्यात माझे वडीलही होते. सैन्यदलातून निवृत्त होताना त्यांना जे पैसे मिळाले होते, त्यातून हे घर उभं राहिलं होतं. वडिलांना इतके पैसे हातात आल्यावर आपण चांगले गडगंज झालो आहोत असं वाटत असे.

माझ्या आईला सूतगिरणीत नोकरी होती, तेव्हा घरात पुरेसे पैसे असत त्याकाळी सूतगिरणीतल्या पर्यवेक्षकाला सर्वोत्तम पगार मिळत असे. पण, माझे वडील कम्युनिस्ट पक्षात सक्रिय असल्याच्या सबबीखाली माझ्या आईला नोकरीवरून काढून टाकण्यात आलं. याच कारणामुळं माझ्या वलियाचनच्या म्हणजे वडिलांच्या मोठ्या भावाच्या मुलाचीही नोकरी गेली.

कुटुंबात आम्ही जवळपास आश्रितच होतो. आमचं घर जरी माझ्या वडिलांनी बांधलेलं असलं तरी आम्ही सदैव वलियाचन व इतरांच्या अंकित होतो. अगदी आठवडी बाजार, तांदूळ वगैरे विकत आणायचे म्हटले तरी वल्यम्मा यादी तयार करत असे.

माझे वडील बाकी शौर्याच्या फुशारक्या मारत असले तरी, तिथं मात्र दीनवाणीने कान पाडून असत. वलियाचन आजारी पडले, की माझे वडील दोन्ही कुटुंबांची काळजी घेत असत. ते आणि वल्यम्मा मिळून सर्व निर्णय घेत असत. अशा प्रकारे आमच्या घरात वल्यम्माचा वरचष्मा असे. आईला नेहमी कनिष्ठ स्थान असे. त्या काळच्या स्मृती जागल्या की माझ्या नजरेसमोर येते ती हुकूम सोडणारी वल्यम्मा आणि तिच्या आज्ञा लीनपणे पाळणारे माझे वडील.

आमच्या घरात दारिद्र्याचा चोरपावलांनी शिरकाव झाला. माझी आई पगार मिळवत होती त्यावेळी तरी घरी येतानाच तांदूळ व बाकी सामान घेऊन येत असे. तिची नोकरी गेल्यावर तिला बाजारहाट करणं अशक्य झालं. मग काहीकाळ वल्यम्मा आम्हांला खर्चाला पैसे देत असे. त्यानंतर काही काळ माझ्या एका मावशीनं आम्हाला मदत केली.

दोन्हीकडच्या या लोकांनी आमच्या सगळ्या बाबींत नाक खुपसायला सुरुवात केली. मी कुठला स्कर्ट घालायचा, कुठं जायचं हे माझी मावशी सांगू लागली. या अनुभवानं माझ्या मनात एक गोष्ट पक्की बसली ती म्हणजे, आपण आपल्या मर्जीचं मालक व्हायचं असेल तर काम करायला पाहिजे. माझी आई नोकरी करत होती त्यावेळी आमच्यावर कुणी असली दादागिरी करू शकत नव्हतं.

बरेचदा रात्रीच्यावेळी आई एकटीच बसून अश्रू ढाळत असायची. लवकरच आम्ही अन्नालाही महाग होऊ लागलो. आई मिळवती होती तेव्हा आमच्या घरात

उकड्या तांदळाचा भात असायचा, पण आईची नोकरी गेली आणि वल्यम्माने तो प्रघात मोडला. आता आम्हाला फक्त रेशनच्या तांदळाचाच भात मिळायचा. त्या रेशनच्या तांदळातली कुसं, खडे काढून टाकून तांदूळ निवडण्याचं काम माझ्याकडं असायचं. या बदलाचा माझ्यावर खूप वाईट परिणाम झाला.

माझे वडील सैन्यात होते. फुटबॉल सामन्याच्यावेळी त्यांच्या पायाला दुखापत झाली, त्यानंतर ते घरी परत आले. त्यांना थोडं निवृत्तिवेतन मिळत असे. पण त्यातली एक पै सुद्धा ते घराकरता देत नसत. त्यांचा नेहमीचा शिरस्ता म्हणजे सायंकाळी गजबजत्या रस्त्यावर फिरायला जायचं, तिथं हवं ते खायचं. ते बऱ्याच प्रकारची फळं खरेदी करून ती घरी आणायचे, पण आम्हाला त्यातल्या एका देखील फळाची चव मिळायला परमभाग्य लागत असे! त्यांना ज्या दिवशी निवृत्ति-वेतनाचे पैसे मिळायचे, त्या दिवशी ते संत्री आणून आम्हाला प्रत्येकी एक-एक संत्रं देत असत. माझ्या मनातील वडिलांची सुखद आठवण फक्त एवढीच आहे- दरमहा आख्खं संत्रं देणारे.

इतर वेळी वडिलांच्या खोलीतून सुग्रास अन्नाचा मस्त गंध दरवळत असे, पण आम्हाला कधीही काही मिळालं नाही. जेव्हा ते स्वत: काही खरेदी करत नसत, त्यावेळी ते वल्यम्माच्या घरी जाऊन सुग्रास भोजनावर ताव मारत असत. वल्यम्माच्या घरी त्यांचं अगदी पाहुण्यासारखं आदरातिथ्य होत असे.

वडील घरात नसले, की आम्हाला खरोखर आनंद होत असे. आम्ही ते कुठंतरी बाहेर जाण्याची वाट पाहत असू. ते बाहेर गेले की आम्ही भावंडं मिळून पळापळीचा खेळ खेळत असू, आंब्याच्या झाडावर चढायचा उद्योग करत असू. वडिलांना दम्याच्या त्रासामुळं काही दिवस रुग्णालयात दाखल केलं होतं, त्यावेळी आम्हाला अतिशय आनंद झाला होता. आम्ही तिघं भावंडं फक्त आमच्या घराच्या अंगणात खेळता येऊ शकतील असेच खेळ खेळायचो. परात पळापळी, झाडावर चढणं... मी भावांएवढी मोठी झाले, तेव्हा मुलांचे खेळ खेळू लागले. गोट्या, काजूच्या बिया फेकून खेळायचा- कुट्टियुम कोलुम (विटी-दांडू) वडील मला इतर मुलींमध्ये मिसळू देत नसत. आमच्या शेजारी दलित व ख्रिश्चन लोक होते. वडील म्हणत असत, की धर्म व जातपात मानता कामा नये. ते केवळ कम्युनिस्टच नव्हते तर श्री नारायण गुरू[२] यांचे अनुयायीही होते. तरीसुद्धा ते आम्हांला इतर जातींच्या लोकांत मिसळू देत नसत.

आमच्या अंगणाच्या तिन्ही बाजू काहीशा उंच होत्या. तिथे वल्यम्मा व्यासपीठावर यावं तशा ऐटीत प्रकट होत असे आणि खणखणीत आवाजात फर्मावल्याच्या थाटात पुकारत असे, "कल्याणी!"

मग माझी आई दीनवाणेपणे, घाबरून बाहेर येत असे.

त्यापाठोपाठ आरोपांच्या फैरी सुटत असत,

“तू पोरांना आंघोळ घातली नाहीस? भात केला नाहीस? मी दिलेल्या तांदळात कुसं आणि खडे भरले होते असं म्हणालीसच कसं?”

आईच्या तक्रारी माझ्या किंवा चेटनच्या बोलण्यातून अनवधानाने तिच्यापर्यंत पोहोचलेल्या असायच्या!

वल्यम्मा भारदस्त व्यक्तिमत्त्वाची बाई होती. रावुक्का- म्हणजे ब्लाऊज आणि जाड पंचा अशी तिची छान वेशभूषा असायची. तिचा मादक देह धोतीमध्ये लपेटलेला असे. धोतीतून तिची प्रशस्त ढेरी डोकावत असे. माझी आई म्हणजे धोती आणि अंगापेक्षा बराच मोठा रावुक्का अशा वेशातली घाबरून थरथरणारी आकृती. मी माझ्या आईला अशा प्रकारे आमच्या घरात घुसमटताना पाहिलं आहे आणि त्यातूनच मला समजलं की सार्थ अभिमान व किंमत मिळते ती केवळ पैशाच्या बळावर.

वल्यम्मानं माझ्या आईच्या मिळकतीतल्या पैशाला कधीही हात लावला नाही. तथापि, ते पैसे कसे खर्च करायचे, ते मात्र तीच ठरवायची. वल्यम्मा आर्थिकदृष्ट्या अतिशय सुरक्षित होती. मी सुरक्षिततेच्या संदर्भात ऐकलेली गोष्ट म्हणजे हीच. आमच्या कुटुंबाच्या मालमत्तेत कसण्यासाठी देण्यात आलेली जमीनही होती.

वडील सैन्यात होते त्यावेळी वलियाचनची ती जमीन विकली आणि जंगल जमीन स्वच्छ करून तिथं रताळी आणि इतर पिकं घ्यायला सुरुवात केली. दररोज कामावर वीस मजूर नेमून हे काम चांगलं मोठ्या प्रमाणावर सुरू होतं. त्या जोडीला गायी पाळल्या होत्या. या सगळ्या गोष्टी म्हणजे सुरक्षित उत्पन्न! त्यांची मुलंसुद्धा मिळवती होती. त्यांचा एक मुलगा चालक म्हणून नोकरी करत होता. दुसऱ्या मुलाचं सायकलचं दुकान होतं. वल्यम्मा या दोन मुलांवर व त्यांच्या बायकांवरही हुकमत गाजवत असे. शेतीतलं धान्य वगैरे विकण्याचं काम वल्यम्मानं स्वत:कडं ठेवलं होतं. त्यावेळी तिचं स्थान घरात सर्वश्रेष्ठ होतं.

माझ्या वडिलांबद्दलची आणखी एक चांगली आठवण म्हणजे त्यांची निर्भयपणे बोलण्याची हिम्मत. लोक माझ्याबद्दल जेव्हा “तू नक्कीच तुझ्या वडिलांची मुलगी आहेस,” असं म्हणायचे तेव्हा मला ती शाबासकीची मोठी थाप वाटत असे. ते राजकीय कार्यकर्ता म्हणून फारसे सक्रिय नव्हते, तरीसुद्धा त्यांना पक्ष कार्यकर्ता (पार्टीकारन्) असं संबोधन प्राप्त होण्यामागे एक कारण होतं. कम्युनिस्ट पक्ष आकाराला येऊ लागला त्यावेळी काँग्रेसवाल्यांनी तो दडपण्याचा प्रयत्न केला. तेव्हा कम्युनिस्ट पक्षाच्या भूमिगत झालेल्या सदस्यांना आमचं घर हे लपण्याचं उत्तम ठिकाण बनलं होतं. आमच्या घराच्या एका बाजूला नदी होती, त्यापलीकडं शेतं होती आणि दुसऱ्या बाजूला जंगल होतं. त्यामुळं आमचं घर हे लपण्यासाठी व

पोलीस आले तर पळून जाण्याच्या दृष्टीनं अत्यंत उत्तम ठिकाण होतं. अशी परिस्थिती उद्‌भवली तर कुणीही नदीत उडी घेऊ शकत होतं किंवा तळ्यात लपू शकत होतं... बऱ्याच नेत्यांनी हे केलंही आहे. स्थानिक लोकांची समजूत होती, की या लष्करी माणसाच्या घरी पाऊल टाकायचं म्हणजे त्याच्या गोळीबाराला तोंड द्यायचं आणि वडिलांकडं खरोखरच बंदूक होती!

वडिलांच्या राजकीय कारवायांमुळं आईची नोकरी संकटात सापडली तेव्हा ती स्वत:च्या हक्कांबाबत जागरूकता दाखवून ठाम उभी राहू शकली नाही. आपल्या सहा मुलांना व भावनाशून्य नवऱ्याला पोसणं ही आपली जबाबदारी आहे असं ती समजत होती. अशा परिस्थितीत मी एक निर्णय घेतला. माझी एक मैत्रीण कामावर जात असे. मी तिला तिच्यासोबत कामावर येण्याबद्दल विचारलं. ती म्हणाली, की मी ज्या कौलांच्या कारखान्यात काम करते, तिथं तुलाही काम मिळू शकेल. मी कामाचं स्वरूप ऐकलं तेव्हा मला ते अगदी सोपं असेल असं वाटलं.

कौलांचे तुकडे गोळा करून ते टोपलीत भरून माथ्यावरून वाहून न्यायचे. ती टोपली हलकी फुलकी असणार... जणू फुलांची टोपली, अशी माझी समजूत होती.

मी जर स्कर्ट घालून कामावर गेले तर ते मला पोरगेली समजणार असं मला वाटत होतं. त्यामुळं मी लुंगी नेसून कामावर जायची. ही लुंगी अंगाभोवती घट्ट गुंडाळलेली असे.

'मातीच्या खाणीत'

मी ज्या खेड्यात राहायची तिथे वीज नव्हती. आमच्या घरी यायला दोन रस्ते होते. एक रस्ता होता चांगला मोठा. गाड्याबिड्या जाऊ शकतील इतका रुंद. दुसरा रस्ता म्हणजे वळणावळणांचा बोळ होता. मी नेहमी त्या धुळकट गल्लीतून यायची.

तिथली मोठी खूण म्हणजे 'पट्टारुकय्यला' नावानं ओळखला जाणारी तेरा एकर जागा. पुढं चालत गेलं की तळं लागायचं. तळ्याच्याही थेट पुढं गेलं, की भराव लागायचा. तो 'मोठा भराव' म्हणून ओळखला जात असे. त्यानंतर पोफळीच्या बुंध्यापासून तयार केलेला पूल लागायचा. पुलापासून काही अंतरावर आणखी एक कालवा होता. हा कालवा ओलांडला की नदी यायची. ही भ्रमंती मोठी मौजेची असे.

मी कामावर जायला लागले तेव्हा मी फक्त नऊ वर्षांची होते. त्यावेळी माझ्यावर, कष्टकरी बायकांच्या शिरावर नेहमीच असतात तसली जबाबदाऱ्यांची ओझी नव्हती. मी कामावर चालत जायची, ती मोठ्या मजेत, आनंदानं... वाटेत फुलांशी, गवताशी, पक्ष्यांशी गुजगोष्टी करत. माझ्या मनावर कसल्याही काळजीचे कृष्णमेघ नसत. आपल्याला कामावरून काढून टाकतील, आपल्याला उशीर होईल

असल्या चिंतांचा मला स्पर्शदेखील नव्हता. मी कितीतरी वेळ तळ्याकडं, कालव्याकडं, माशांकडं बघत राहायची, कालव्यातला पाण्याचा प्रवाह निरखत असायची आणि रमतगमत मजेत चालत जायची. अर्थात, माझं एक पाऊल जरी चुकीचं पडलं असतं तरी, वाळू नेणाऱ्यांनी मागं ठेवलेल्या खड्ड्यांत पडायची भीती होती.

सकाळी सहा ते संध्याकाळी सहा अशी कामाची वेळ असे. संध्याकाळी पगार घेऊन झटपट घरी जाणं फार आवश्यक असायचं नाहीतर मोठी पंचाईत व्हायची. मला मोठा भराव संपला की तिथून वळावं लागत असे. तो रस्ता नदीकिनारी असणाऱ्या नारळाच्या बागेतून जात असे. तिथं पत्ते कुटत बसलेली माणसं कधीकधी मुलीबाळींना त्रास देत असत. 'त्रास' म्हणजे लैंगिक स्वरूपाचा नव्हे, तर धसमुसळेपणा किंवा कुरवाळणे अशा मार्गांनी ते त्यांचा आंबटशौक पुरा करत असत. हे टाळायचं असलं तर, कुणी सोबत असणं बरं असायचं नाहीतर मग बंदुकीच्या गोळीच्या वेगानं सणकन् धावता यावं लागत असे. त्यामुळं मी सोबत कुणी मैत्रीण असेल तर मजेत, गप्पाटप्पा करत चालत यायची. पण एकटी असेन, तर मात्र पुलापर्यंत रमतगमत यायची आणि त्यानंतर सुसाट पळत जायची. पूल संपला की जे पळायला सुरुवात करायची ते थेट कालव्यापर्यंत 'कैथा'च्या रांगा लागेपर्यंत. तिथं बऱ्यापैकी मानवी अस्तित्व असायचं. तिथून पुन्हा नारळाच्या बागेतून पळत जावं लागायचं. 'पट्टारुकय्यला' हा मोठा चौरस आकाराचा प्लॉट होता. तिथं आलं की पुन्हा पळायला सुरुवात! इतकं अंतर पळत-पळत पार केल्यानंतर घरी पोचणं म्हणजे मोठी विजयश्री प्राप्त केल्यासारखं वाटायचं. हे अंतर पार करताना मनावर ताण असायचा, पण त्यात एक विलक्षण थरारही जाणवायचा. जणू काही प्रत्येक दिवशी जीवनात नव्यानं विजयाचं चैतन्य फुलायचं... जणू काही कर्तृत्वच गाजवलं असावं... धैर्यपूर्ण आणि तेजस्वी कर्तृत्व!

त्या काळची ती फुललेली शेतं-शिवारं, भराव, कालवा, नदी, आणि त्या नारळाच्या बागा... हा भूतकाळ नसता, आत्ताचे दिवस असते तर मी त्या सौंदर्याचा अधिक चांगल्या रीतीनं आस्वाद घेतला असता. पण मी, त्या काळची पोरसवदा मुलगी... इवल्या इवल्या भयांपासून दूर पळणारी... तिची निसर्गाच्या या मोहक रूपाची किंमत कळण्याची कुवत नव्हती.

मी पहिल्यांदा कामावर गेले तेव्हा एवढीशी गोबरी मुलगी कामावर आलेली पाहून अनेकांना आश्चर्य वाटलं होतं. तिथं सगळेजण मला खूप मदत करायचे... एखादे काका पाटी उचलून डोक्यावर द्यायचे, एखादी ताई ती पाटी उतरवायची. संध्याकाळी मी सगळ्यांत शेवटी तिथून बाहेर पडायची. मला दिवसभराच्या कामाचा दीड रुपया मिळायचा. माझ्याबरोबरचे सगळेजण तांदूळ व इतर साहित्य विकत

घ्यायचे, त्यांच्याबरोबर मीसुद्धा थोडी खरेदी करायचे. मग मी जवळच्या पंचात तांदूळ, मिरच्या, कोथिंबीर बांधून कुणीतरी महत्त्वाची व्यक्ती असल्याच्या थाटात घरी जायचे. दारातून आत पाऊल टाकताना माझे डोळे वेदनांच्या अश्रूंनी डबडबत्या डोळ्यांच्या आईला शोधत असायचे. तिला वाटायचं, की मी अभ्यास करून मोठं कुणीतरी व्हावं. पण माझ्यामते, मी 'मोठी' व्यक्ती झालेच होते. आईला मात्र मी काहीतरी फार मोठं गमावलं आहे असं वाटायचं. माझे फुटकी कौलं उचलून फुटलेले, ओरखडे उठलेले हात पाहून ती पुन्हा रडू लागायची, ''उद्या कामावर जाऊ नको'' असं म्हणायची, पण दुसऱ्या दिवशी मी कामावर निघाले की ती काहीही म्हणायची नाही.

त्याकाळी ही बालमजुरी आहे असं कुणालाही वाटत नसे. आमचे शेजारीपाजारी आईला म्हणायचे, ''या मुलीला तुम्ही जरा जास्तच लाडावून ठेवलं असलंत, तरी आत्ता हीच तुम्हाला उपयोगी पडतीय बघा!''

असं ऐकलं, की हात कितीही भडभडत असले तरी, आपण मोठे आहोत... बॉस... असं वाटायचं. अशा प्रकारे काही दिवस गेले. दरम्यान मला बऱ्याचजणांनी सांगितलं, की या कामात फारसे पैसे मिळत नाहीत, त्यापेक्षा मातीच्या खाणीत जास्त पैसे मिळतात.

सुरुवातीला मला चांगलीच भीती वाटत होती, पण अखेर मी मातीच्या खाणीत कामाला गेले (कौलांच्या कारखान्यांत इथूनच माती नेली जाते). तिथं माझ्या लक्षात आलं, की मी तब्येतीनं दणकट असले तरी माझी उंची पुरेशी नव्हती.

''अरे, बघितलंस का हे पाखरू. ती 'लोड' उचलून नेतीय पण तिला ट्रकमध्ये 'अनलोड' करणं जमत नाहीये,'' प्रतिक्रिया आलीच.

'लोड?' 'अनलोड?' म्हणजे काय? त्या भागात ही भाषा सर्वस्वी अपरिचित होती.

एका पोरीची पाटी भरून द्यायला प्रत्येकजण नाखूष असायचा. आजूबाजूला अशी भावना दिसायची, की ''एवढ्याशा पोरीच्या डोक्यावर पाटी भरायची... मला नाही जमणार ते!''

अशाप्रकारे काही दिवस सरले. मला कौलांच्या कारखान्यात परत जावं असं वाटत होतं. पण तिथं मोबदला अगदीच कमी होता. अखेर अशीच आणखी काही वर्षे सरली.

त्यानंतर मला समजलं, की घरकामाला जाणं हा थोडं धष्टपुष्ट व्हायचा चांगला मार्ग आहे; तिथं अन्न आणि पैसे चांगले मिळतात. तेव्हापासून मी असं काम शोधायच्या मागं लागले. पण मला स्वयंपाकघरातलं कुठलंच काम येत नव्हतं. माझ्या एका मैत्रिणीनं सुचवलं, की तू आयाचं काम कर.

"लवकरच तू मोठी होशील, मग तू आमच्याबरोबर मातीच्या खाणीत कामाला येऊ शकशीलच," मैत्रीण म्हणाली.

मलाही वाटलं, की ही कल्पना काही वाईट नाही, पोटाला भरपूर अन्न!

एट्टमाश

मी आईला माझ्या मनातली ही कल्पना सांगितली. घरकामाला गेले तर मी चांगली मोठी होईन, गुबगुबीत होईन! सुरुवातीला आईनं या कल्पनेला विरोध केला, पण नंतर आमच्या एका दूरच्या नातेवाईकाला माझ्यासाठी एखादं घरकाम बघायला सांगितलं. त्यानुसार तो शोध घेऊ लागला आणि मला एक काम मिळालं. ते घर कुणा बालेटन नावाच्या माणसाचं होतं.

त्यांनी मला घरकाम येतं का विचारलं.

मी खरं काय ते सांगितलं. मला भात करणं सोडून काहीही येत नाही.

पुढचा प्रश्न आला - मुलांना सांभाळता येईल का?

मी म्हणाले, 'प्रयत्न करीन.'

बालेटन वकील होते. त्यांच्याकडं स्वतःची गाडी होती. ते त्यांच्या पत्नीच्या घरी राहात असत. आठवड्यातून एकदा ते स्वतःच्या घरी जात असत. त्यामुळं माझ्या दोन्ही घरांदरम्यान वाऱ्या सुरू असत. एकूण मजेत चाललं होतं. एकदा गुरुवायुर मंदिरात एकादशीचा उत्सव की काहीतरी होतं. त्यावेळी बालेटन आणि कांताचेचीनं[३] आम्हाला घरी नेलं होतं. त्यावेळी बालेटनच्या बहिणीचा नवरा-एट्टमाशसुद्धा आले होते. त्या घरात बालेटन धरून एकूण दहा भावंडं होती. पाच भाऊ आणि पाच बहिणी. तिथं मला कधीच मोलकरणीसारखं वागवण्यात आलं नाही. त्याकाळी कामाला ठेवलेल्या मुलींना कधीच वेगळं ठेवत नसत. मी तिथल्या मुलांसमवेत खेळायची. त्यांच्यासमवेत वेळ मजेत जायचा. तेव्हाच मी एट्टमाशना पाहिलं.

चेटन एट्टमाशच्या शाळेतला विद्यार्थी होता. तो घरी सांगत असायचा, की आम्हाला एट्टमाश आणि वैलोप्पिल्ली सरांनी अमूक शिकवलं. मी माझ्या भावाला वैलोप्पिल्ली सर कविता कशा लिहितात, याविषयी भरभरून बोलताना ऐकलं होतं. एट्टमाश त्याच वर्तुळात होते. त्यामुळं त्यांना असं अचानक प्रत्यक्ष पाहिल्यावर माझं मन आश्चर्य व आदरानं ओथंबलं होतं. त्या दिवशी घर माणसांनी भरून गेलं होतं. तो दिवस अतिशय उत्सवी वातावरणाचा होता. दहा मुलं असलेल्या जमीनदार कुटुंबातल्या त्या आनंदानं सळसळत्या उत्सवी वातावरणाची कुणीही कल्पना करू शकेल! एट्टमाश त्यांच्या दोन मुलांना व दोन मुलींना घेऊन आले होते. त्यांचा मुलगा अगदी माझ्याच वयाचा, तेरा वर्षांचा होता. तो जिना उतरून खाली येऊन

मला म्हणाला, की माझ्या वडिलांना पेलाभर पाणी हवं आहे. माझ्या भावाच्या शिक्षकांनी मला बोलावलं असल्याचा मला आनंदही झाला व औत्सुक्यही वाटलं. मी पाणी घेऊन निघाले. तितक्यात त्या घरातल्या आजीनं मला हटकलं,

"मुली, कुठं निघाली आहेस?"

"माशनी प्यायला पाणी घेऊन यायला सांगितलं आहे."

'बरं, चटकन परत ये."

मला वाटलं, की आजींचा माझ्या एकटीनं जाण्यावर आक्षेप आहे. म्हणून मी बालेटनच्या मोठ्या मुलाला कडेवर घेऊन माडीवर गेले आणि एट्टमाशना पाणी दिलं. त्यानंतर त्यांनी पाण्याचा पेला टेबलावर ठेवला आणि आत्ता देतो असं म्हणून, सिनेमातल्यासारखं करायला सुरुवात केली. त्यांनी अकस्मात मला पाठीमागून धरलं आणि कडेवरच्या मुलासहित मला घट्ट मिठी मारली. मला धोक्याची चाहूल लागली. काहीतरी घडण्याच्या बेतात होतं.

"मला जाऊ दे, माश, मला जाऊ दे." मी म्हणत होते. पण ते मला सोडत नव्हते. ते माझ्या ब्लाऊजमध्ये हात घालायचा प्रयत्न करत होते. मला ते आवडलं नाही. मी जोर लावून स्वत:ची सुटका करून घेतली, खाली गेले, आणि घडल्या प्रकाराचा विचार करू लागले. हा माणूस माझ्याशी हे काय करत होता? मला वाटलं, हा माणूस मला मारून-बिरून टाकायच्या बेतात होता. माझ्या कडेवरच्या त्या लहान मुलानं भोकाड पसरलं होतं. एट्टमाशनं इतक्या जोरानं आवळून मिठी मारल्यामुळं ते पोर घाबरलं होतं.

"काय झालं? तू कुठल्या खोलीत गेली होतीस?" कांताचेचीनी प्रश्न केला.

मला वाटतं कांताचेचीना त्यांच्या वागण्याची थोडीफार कल्पना असावी.

"माशच्या खोलीत," मी उत्तरले.

ते ऐकताच सर्वांनी एकाच स्वरात प्रश्न केला, "तू माशच्या खोलीत कशाला गेली होतीस? दुसरं कुणीही गेलं असतं तरी चाललं असतं, पण तू?"

मला काहीच अर्थबोध झाला नाही. आता मला समजतंय, की त्यावेळी परिस्थिती अशी नसती, काही निराळीच असती, तर त्यांनी मला नक्कीच त्रास दिला असता.

एट्टमाशच्या त्या धसमुसळ्या अनुभवानंतर मला त्या घरातल्या इतर पुरुषांची - बालेटन आणि असोकन व मोहनन सारखी मोठी मुलं- यांची भीती वाटू लागली. एट्टमाश तर केवळ त्या घरचे पाहुणे होते. मग मी ते काम सोडायचं ठरवलं आणि कांताचेचींची आई शारदाचेचींना त्याबद्दल प्रथम सांगितलं. मी त्यांना काम सोडण्याचं कारणसुद्धा सांगितलं. त्यांनी हे सगळं कांताचेचींना सांगितलं आणि हा चर्चेचा विषय बनला; तिथं येणाऱ्या नोकरचाकरांना हे समजलं...

लोक चर्चा करू लागले,

"एट्टमाशनं धरलेली मुलगी!"

एट्टमाशच्या खोलीत एकटीनं जाणं ही घोडचूक असल्याचं प्रत्येकानं बोलून घेतलं. अकस्मात, सगळ्या चुकीचं खापर माझ्या माथ्यावर फुटलं. आपल्या हातून काहीतरी घडू नये ते घडलंय, असं माझं मलाच वाटू लागलं!

माझ्या मनात आलं, आपण आता मातीच्या खाणीत काम करण्याइतपत मोठे झालो आहेत.

पहिल्यांदा मी कोन्नेट्टन नावाच्या माणसाच्या मातीच्या खाणीत कामाला होते. आता खाणीतलं कामसुद्धा सोपं नव्हतं. आम्हाला पूर्णवेळ तळपत्या उन्हात काम करावं लागत असे. हे काम इतर कामांसारखं नव्हतं की ज्यामध्ये थोडं बसून विसावा घेता येईल. आम्हाला त्या कामाचे फक्त साडेतीन रुपये मिळत असत पण ही रक्कम इतर कामांतील मिळकतीपेक्षा जास्तच होती. त्या कामाची रोजची हजेरी अवघी अडीच रुपये होती.

या मालकाचं वागणं बोलणं दिसणं कोट्टारक्करा श्रीधरन नायर[६] सारखं होतं. तो तिथं येणाऱ्या प्रत्येक बाईच्या प्रेमात असायचा. या माणसाकडं कामाला राहणं काही बरं नव्हे असं मला वाटलं. मला कामाचा चांगला मोबदला हवा होता. अशा प्रकारे मी भास्करेट्टनच्या खाणीत कामाला जाऊ लागले.

या दरम्यान मी माणूस म्हणूनही पक्व झाले; मी अतिशय धाडसी झाले, अगदी कशालाही तयार!

"त्यांना भोवती फिरू दे, आपलं काम काढून घ्यायचं, चांगला पगार घ्यायचा, पण त्यांना डोक्यावर बसू न देता आपलं स्थान टिकवायचं," हा माझा मंत्र बनला. माझं त्यापुढचं प्रत्येक पाऊल त्याच दिशेनं पडलं.

"मोठ्या घरची लेक"

मातीच्या खाणीत कामाला येणारी माणसं दोन प्रकारची असत. दलित आणि माझ्यासारखे इळवा व ख्रिश्चन. नायर व नम्बुद्री असलं काम करत नसत. मी त्या खाणीत काही वर्षं काम केलं. त्यानंतर एके दिवशी नायर कुटुंबातली एक मुलगी तिथं कामाला येऊ लागली. तिचं नाव कुन्हिक्कावू. ती तिथं माझ्यापेक्षा मोठी हिरॉईन बनली. मला कुन्हिक्कावू फार आवडायची, पण आत खोलवर कुठंतरी मत्सराची ठिणगी जाळत असायची.

तुम्ही जर हिरॉईन बनलात, तर तुम्हाला काही सवलती मिळतातच. तुम्हाला वजनानं हलकी पाटी मिळते! दिवसभरात मध्ये चहा येतो तेव्हा पहिला कप तुमच्या

हातात! कुन्हिक्कावू येण्याआधी मला आणि माझ्या मैत्रिणींना सगळ्यांच्या आधी चहा मिळत असे. पण आता हा रिवाज बदलला, तशाच आणखीही बऱ्याच गोष्टी बदलल्या. पाणी पिताना भांडं तोंडाला लावू नका, असं ते सांगत असत. कुन्हिक्कावूला सुद्धा त्याच भांड्यातून पाणी प्यावं लागत असे. पण जातीपातीच्या कडवेपणापेक्षा, मला ती माझी प्रतिस्पर्धी असल्याच्या भावनेमुळे तिच्याबद्दल द्वेष वाटत असे. ती माझ्या बाजूने होती. त्यामुळं आपलं स्थान मजबूत होणार हे ती चांगलं ओळखून होती. मी मात्र आधीचं उच्चपद गमावल्याच्या नैराश्यातून बाहेर पडू शकत नव्हते. ती आली, की बाकीचे आदरयुक्त स्वरात कुजबुजायचे... ''आली, कुन्हिक्कावू आली.'' मला त्यांची भयंकर चीड येत असे. तिच्यासाठी वजनानं हलकी पाटी राखून ठेवा असं म्हटलं जायचं तेव्हातर माझ्या वैतागाला सीमा नसायची. पिण्याचं पाणी आणायचं ते फक्त तिनं, तो तिचा विशेषाधिकार होता. काही विशेष असेल अशा दिवशी किंवा जास्त प्रमाणात माती पाठवायची असेल अशा दिवशी आम्ही हॉटेलमधून जेवण मागवत असू. अशा प्रसंगी तिचे तिला आवडतील ते पदार्थ घेऊन झाले की मगच आम्ही जेवायचं.

तोपर्यंत हे सगळे विशेषाधिकार मी भोगत होते.

''आली, नलिनी आली,'' माझ्यासोबत काम करणारे कामगार म्हणत असत, ''तिच्यासाठी हलकी पाटी बाजूला काढून ठेवा.''

त्याला जर कुणी विरोध केला तर बाकीचे त्याला सांगत असत, ''ती आपल्यासारखी नाहीये, ती मोठ्या घरची आहे.''

किंवा ते सरळ सांगत असत, ''मुकादमाला ती आवडते- मेस्त्रिक इष्टमान'' किंवा ''मालकाला ती आवडते- मुधलालीक इष्टमान''

त्याकाळी 'इष्टाम' शब्दाला आदर व प्रीती असा अर्थ होता. शिवाय, भास्करेट्टन म्हणजे माझ्या आत्याचा मुलगा. मी मालकाची नातेवाईक असल्यामुळं माझा भाव जास्तच होता. अशा प्रकारे, मला बऱ्याच मार्गांनी लाभ होत होते. मी दिसले, की ते म्हणत, ''कुन्हिप्पावू, तिची पाटी भर!'' हे दृष्य काहीसं चित्रपटातल्यासारखं असे. हिरो आला, की तिथं लगबग सुरू होते... तसं! मग मला अगदी गर्वानं फुलून गेल्यासारखं होत असे. त्याबद्दल मला कधीही लाज वाटली नाही. मी थोडी जास्तच उत्साहाने काम करायची हे खरं आहे. मुकादम मला कधीही रागवत नसत. पण त्यांनाही या सगळ्याचा फायदा होताच. मला आत्मसंतुष्टीची जाणीव देण्यानं ते माझ्याकडून आणखी काम करून घेऊ शकत होते. तुम्ही हिरॉईन असाल तर तुम्ही कामाचा भार पडतोय अशी तक्रार करू शकत नाही! भास्करनच्या मातीच्या खाणीत मी इतकं मन लावून काम करायची, की पाट्या भरण्याचं काम सर्वांत उत्तमरीत्या करणाऱ्या एका माणसासोबत मला काम देण्यात आलं होतं.

त्याचं नाव कुन्हिप्पावू. तुम्ही जर एखाद्या माणसाकडून नियमित पाट्या भरून घेऊ लागलात, की तुमचं नाव त्याच्याशी जोडलं जाणं अगदी नित्याचंच होतं- अशा दोन व्यक्ती लगेच प्रेमी समजल्या जात असत.

त्यानुसार बाकीचे सगळे मला चिडवत असत, "तुझा कुन्हिप्पावू!"

यापैकी काहीजणांच्या बाबतीत खरोखरच प्रणय फुलत असे, काही प्रकरणं मात्र खाणकाम संपलं की त्यासोबतच संपत असत. आमची जवळीक लोकांच्या डोळ्यांवर येऊ लागली तेव्हा कुन्हिप्पावूच्या मनात माझ्याशी विवाह करण्याच्या आशा पल्लवित झाल्या होत्या.

दुपारच्या जेवणानंतर, तो माझ्यासाठी टॉफी आणत असे- दक्कन टॉफीज. त्या चवीला इतक्या मस्त असत! त्याकाळी या टॉफीज म्हणजे उमलत्या प्रणयाचं मोठं प्रतीक होत्या. पण हे मला माहीत नव्हतं. त्यामुळं मी या टॉफी इतरांनाही वाटत असे. अशा प्रकारे, या टॉफी कुणी आणल्या, कुणी दिल्या अशा सगळ्या प्रश्नांच्या सरबत्तीतून एक गोष्ट नक्की झाली, ती म्हणजे आमचं प्रेमप्रकरण सुरू आहे! मीही ही समजूत खोडून काढायचा प्रयत्न केला नाही. मग तो नियमित टॉफी आणत राहिला. एके दिवशी त्यानं विवाहाचा प्रस्ताव ठेवला. मी त्याला माझ्या वडिलांना भेटायला सांगितलं. ही कल्पना मला तोवर पाहिलेल्या चित्रपटांमधून सुचली होती. तोवर माझी अशी समजूत होती, की एखाद्या माणसानं भर रस्त्यावर आपलं प्रेम जाहीर केलं तर, त्या मुलीनं तो प्रस्ताव आपल्या घरी न्यायला सांगायचा!

एके दिवशी कुन्हिप्पावू कामावर आला नाही. दुसऱ्या दिवशी तो कामावर आला, पण अतिशय बिथरलेला, अस्वस्थ आणि विचित्र मन:स्थितीत होता.

त्याच्या आदल्याच दिवशी वडील मला ओरडले होते, "तुला प्रेमात पडायला फक्त ख्रिश्चन मुलगाच सापडला का?"

शिवाय त्यांनी मला मारलंही होतं, पण कुन्हिप्पावूनं त्यांच्याकडं माझा हात मागितला असेल अशी मला सूतरामही शंका आली नव्हती. मला वाटलं होतं की कुणीतरी चहाडग्यानं चुगली केली असेल. कुन्हिप्पावूच्या मित्रांनी मला खूप दूषणं दिली, तू त्याचा विश्वासघात केलास, तू त्याला तुझ्या वडिलांना भेटायला सांगितलंस, म्हणून तो तुझ्या घरी आला तर त्यांनी त्याला घरातून हाकलून दिलं.

मला आदल्या दिवशी मिळालेल्या माराचं हे खरं कारण होतं!

तिथं देवास्सी नावाचा आणखी एक मुलगा होता. तो मला 'एडती' (मोठी बहीण) म्हणत असे. एके दिवशी त्यानं मला भास्करेट्टननं भेटायला बोलावलं असल्याचं सांगितलं. मला वाटलं भास्करेट्टन म्हणजे माझा आत्तेभाऊ.

पण देवास्सी म्हणाला, "नाही, तो भास्करेट्टन नाही. अयिनिक्कुझी भास्करेट्टनला तुला भेटायचं आहे." अयिनिक्कुझी हे त्याच्या कुटुंबाचं नाव. देवास्सीनं मला कुठं

भेटायचं ते स्थळही सांगितलं. दोन खाणींच्या दरम्यान एक आंब्याचं झाड होतं. त्याच्या सावलीत मी त्याला भेटायला जायचं होतं. मी तिथं जाऊन त्याची वाट बघत थांबले. ठरल्यानुसार तो आला. मला पाहून तो चांगलाच घाबरला. कारण, काहीही फुशारक्या मारल्या तरी, त्याकाळी एखाद्या मुलीनं एखाद्या पुरुषाला भेटायला जाण्याची कल्पनासुद्धा करणं कठीण होतं. तोही माझ्यासाठी चॉकलेट घेऊन आला होता. मी त्याला माझं नेहमीचं उत्तर दिलं, ''माझ्या वडिलांना भेट.''

तिथून परत आल्यानंतर मी ती चॉकलेट सगळ्यांना दिली, कुन्हिप्पावूलासुद्धा दिलं. त्यावर त्यानं माझ्यासाठी आणलेली चॉकलेट भिरकावून दिली आणि त्यानंतर माझ्याशी बोलणंच टाकलं. तिथलं खाणकाम तीन महिने चाललं. काम संपलं आणि आमचा 'प्रणय'ही संपला! त्यानंतर दोन वर्षांनी त्यानं स्वत:चा मार्ग निवडला. तो आईविना पोरका मुलगा होता, त्यानं घरीदारी फक्त उपेक्षाच सोसली होती. बऱ्याचजणांनी मला दोष दिला. पण खरंच, मी त्याला कुठल्याही अर्थानं फसवलं नव्हतं.

माझी नजर भास्करेट्टनवर होती. तो खाणमालकाचा मुलगा होता. तो रंगानं काळा कुळकुळीत असल्यानं लोक त्याची त्याबद्दल चेष्टा करत असत. त्याला त्यामुळं न्यूनगंड वाटत असल्यामुळं तो माझ्या निकट येण्यास नाखूष असायचा.

या दरम्यानच मला एका रासवट प्राण्याचा सामना करावा लागला, पालियेक्कारा अँथनी. तो रस्त्याकडेला उभं राहून लाळ टपकत मला निरखत असायचा. एके दिवशी त्याचा मित्र- बाबू आमच्या घरी लग्नाचा प्रस्ताव घेऊन आला. माझ्या वडिलांनी त्याला हरकत घेतली. त्यानंतर आमची रस्त्यावर गाठ पडली तेव्हा त्यानं सांगितलं, की ''खरं तर तो प्रस्ताव माझ्यासाठी नव्हता, अँथनीसाठी होता.''

त्यानं माझ्याशी लग्न करायचं आणि अँथनीनं माझ्यासोबत पहिली रात्र साजरी करायची असा त्यांचा करार ठरला होता. त्यानं मला सावध राहा असंही बजावलं.

असंच एके दिवशी मी शेतातून जात असताना अकस्मात अँथनी समोर उभा ठाकला. आता तो मला धरणार यात शंकाच नव्हती. या आणीबाणीतून सुटका कशी करून घ्यायची? तितक्यात मला सुटकेचा मार्ग दिसला. दूरवर चंद्रन येताना दिसला. मी क्षणाचाही विलंब न करता जोरात हाक दिली, 'चंद्रेत्ता.' आणि एक सेकंदभर अँथनीचं लक्ष विचलित झालं. तितक्यात मी त्याला ढकलून शेतात पाडलं आणि जीवाच्या आकांतानं पळत सुटले.

'विवाह'

मी काही ठरवून वगैरे लग्न केलं नाही. ते योगायोगानं झालं. त्यावेळी माझं वडिलांशी फाटलेलंच होतं. ते स्वत: कधीही कामावर जात नसत, पण माझ्यावर मात्र निर्बंध लादायचा प्रयत्न करत असत. मी माझी मिळकत कशी खर्च करावी ते सांगत असत. ते माझ्या आईशी जसं वागत असत, तसंच माझ्याशी वागत असत.

असं वारंवार घडू लागलं तेव्हा आमच्यामध्ये तीव्र खटके उडू लागले. मी माझ्या भावाच्या लग्नाला पाठिंबा देणं या गोष्टीचासुद्धा मोठा बाऊ झाला. या सोयरीकीमुळं आमचे शेजारीपाजारी हादरले होते. चेटननं त्याच्यापेक्षा साडेतीन वर्षांनी मोठ्या मुलीशी लग्न केलं होतं. ती माझ्या मैत्रिणीची मोठी बहीण होती. मी या लग्नाची नोंदणी करण्यासाठी मदत केल्यामुळं मला वडिलांच्या संतापाला तोंड द्यावं लागत होतं. अखेर दोनदा कडाक्याचं भांडण झालं आणि मला घराबाहेर चालायला लाग, असा हुकूम मिळाला.

मला घराबाहेर राहायला कुठंच जागा नव्हती. एखाद्या अठरा वर्षांच्या मुलीसाठी आसरा शोधणं ही गोष्ट सोपी नसते. मला विवाहाचा प्रस्ताव देणारे किंवा माझ्या प्रेमात पडलेले अनेक पुरुष होते. मी अशांपैकीच एका माणसाशी संपर्क साधण्याचा प्रयत्न केला. मी चंद्रनला शोधत होते. त्याचे वडील लष्करात होते. तो वाळूच्या खाणीत काम करायचा. मी तो काम करायचा त्या ठिकाणी गेले, पण तो तापानं फणफणल्यामुळं कामावर आला नव्हता, घरीच होता. मी तिथं त्याची वाट पाहात थांबले होते त्यावेळी तिथं योगायोगानं सुब्रहमण्यम दिसला. त्यानं मला एकदा लग्नाचं विचारलं होतं आणि मी नकार दिल्यामुळं त्याचा स्वाभिमान डिवचला गेला होता. तो स्थानिक जुगारातला आणि टिंगलटवाळ्या करणाऱ्या गटाचा दादा होता. तो चंद्रेत्तनसाठी खाणीतून वाळू उपसत असे. त्यांना मातीच्या खाणकामाशी फारसं देणंघेणं नव्हतं. वाळूचा उपसा नदीतून केला जातो. त्यांचं कामाचं ठिकाण मातीच्या खाणीच्या वाटेवरच होतं. मी त्याला माझी अडचण सांगून, मला चंद्रेत्तनला भेटायचंच असल्याचं सांगितलं, तेव्हा त्यानं मी त्याच्या घरी जावं असं सुचवलं, तसंच चंद्रेत्तन येईल तेव्हा त्याच्याशी बोलू का, असंही विचारलं. आम्ही संध्याकाळ-पर्यंत वाट पाहत थांबलो. अखेर बराच उशीर झाला तेव्हा तो म्हणाला, की मी तुला माझ्या घरी नेऊ शकत नाही, पण आपण माझ्या अम्मावनच्या (मामाच्या) घरी जाऊया. मला वाटलं, अम्मावन म्हणजे चांगला वयस्क माणूस असेल. कारण सुब्रहमण्यम साधारण तीस-बत्तीस वर्षांचा होता, म्हणजे त्याचे मामा कमीतकमी पन्नाशीचे तरी असणार असा माझा अंदाज होता, पण आम्ही त्यांच्या घरी गेलो तेव्हा मला समजलं, की मामा सुब्रहमण्यमच्याच वयाचा होता. तो एका श्रीमंत घरातल्या मुलीबरोबर पळून येऊन इथं लपलेला होता. मी त्या घरी आले तेव्हा सुब्रहमण्यमनं बाई आणली आहे आणि त्यानं तिच्याशी लग्न केलं आहे, अशी आजूबाजूला चर्चा सुरू झाली. मी जर ही समजूत दुरुस्त करायला गेले असते, तर मला रात्री तिथं कुणी राहू दिलं नसतं. मी तिथं आठवडाभर राहिले आणि स्थानिक लोकांनी आम्हाला नवरा-बायको करून टाकलं. आम्ही त्याच्या घरी गेलो, तेव्हा त्याची आई व बहीणही आम्हाला नवरा-बायको समजू लागल्या. त्याच दिवशी मला त्याची पत्नी

बनावं लागलं. अशा प्रकारे माझा 'विवाह' झाला.

मी आधीच सांगितलं त्याप्रमाणे हा माणूस सगळ्या प्रकारच्या चोरट्या व्यवहारात होता. तो बायकांच्या मागं असायचा, भयंकर दारू ढोसायचा. तो वाळूच्या खाणीत कामाला जायचा, पण त्याचं मुख्य काम होतं हातभट्टीची दारू गाळणं. तो पैसे घेऊन कुणाला चार दणके देण्याच्या कामातही सहभागी असायचा. अशा प्रकारे तो पुरुषार्थाचा मूर्तिमंत नमुना होता, शिवाय त्याचं एका पंचावन्न वर्षांच्या बाईशी प्रेमप्रकरण होतं ते निराळंच. तरीसुद्धा तो आम्हाला घरी लागणाऱ्या सर्व गोष्टी आणून देत असे, मात्र त्याच्या कुठल्याही व्यवहाराबद्दल कुणीही काही प्रश्न विचारायचा नाही हे गृहीत होतं. त्यानं काय करायचं, काय करायचं नाही, याबद्दल त्याला सल्ले दिलेले चालत नसत. मात्र आम्ही काय करायचं, आम्ही कोणत्या गोष्टी करायच्या नाहीत, याबद्दल नेमक्या लक्ष्मणरेषा आखण्याच्या बाबतीत तो अगदी दक्ष असायचा. घरगुती भांडणांत मी त्याची आई आणि बहीण यांच्याकडून कल्पनासुद्धा येणार नाही इतकी जहरी वागणूक सोसली आहे. माझी सासू त्याच्या तोंडून निघालेला प्रत्येक शब्द झेलण्यास तत्पर असायची आणि तो पूर्ण करण्यासाठी तिचं भयंकर आकांडतांडव असायचं. ते घर म्हणजे जिताजागता नरक होता. एकदा तर तिनं नारळ खवणी माझ्या डोक्यात जोरानं हाणल्यामुळं माझं डोकं फुटलं होतं. मी माझं स्थान टिकवण्यासाठी झगडत होते, इंच इंच लढत होते. माझी खात्री पटली होती, की आयुष्य म्हणजे प्रचंड संघर्ष आहे, इथं जगण्यासाठी अविरत लढा द्यावाच लागेल.

मी त्याला दारू विकण्यात मदत करायचे. ज्यांना 'माल' हवा असायचा ते स्वत:च यायचे, ढोसायचे आणि निघून जायचे. तो मलाही प्यायचा आग्रह करायचा, पण सुरुवातीला मी पिण्यास नकार द्यायची. त्यानंतर एकदा असाच कुठलातरी ताण माझ्या डोक्याबाहेर गेला होता त्यावेळी मी दारू ढोसली, तीसुद्धा बिनपाण्याची. पुढं मला ही सवयच लागली.

मी साडेतीन वर्षं त्याच्यासोबत राहिले. हा माणूस कर्करोगानं, भयानक वेदनांच्या आवर्तात मरण पावला. त्याला वेदना असह्य झाल्यानं त्यानं दारूच्या प्याल्यात विष मिसळलं आणि जीवनाला पूर्णविराम दिला.

मला त्याच्यापासून दोन मुलं झाली. त्यातला मोठा, मुलगा होता. तो वयाच्या सतराव्या वर्षी मरण पावला. धाकटी मुलगी, तिचं छान चाललं आहे. मी स्वीकारार्ह नसल्यामुळं कधीतरी दुरूनच तिला पाहते, तेवढं वगळता आमच्यात काहीही भावबंध नाहीत. ती पाच वर्षांची होईपर्यंत मीच त्यांचं पालनपोषण केलं पण ही गोष्टही तिला माहीत नाही. माझी सासू कुणाला न सांगता गावात यायची आणि माझ्याकडून पैसे घेऊन जायची. मी तिची काळजी वाहिली आहे ही गोष्टच माझ्या

मुलीला माहीत नसल्यामुळं तिच्या मनात माझी प्रतिमा अजूनही आपल्याला वयाच्या दुसऱ्या वर्षी पोरकं करून जाणारी आई अशीच आहे.

■

---

१. मोठा भाऊ

२. श्री नारायण गुरू: पूर्वीच्या काळातील आधुनिक केरळमधील सुप्रसिद्ध समाजसुधारक. केरळमधील जातीपातींच्या पारंपरिक बंधनांचं जोखड मोडून काढणारे सामर्थ्यवान श्री नारायण गुरू जातीपातीच्या उतरंडीत अस्पृश्य मानल्या जाणाऱ्या 'इळवा' समाजाच्या अत्यंत यशस्वी ठरलेल्या परिवर्तन चळवळीशी निगडित होते.

३. 'एट्टन' व 'चेची' हे शब्द दादा व ताई अशा बिरुदांसारखे वापरतात.

४. वैलोप्पिल्ली श्रीधर मेनन - मल्याळीतील उत्तम आधुनिक कवी.

५. 'माश' किंवा 'सर' म्हणजे शिक्षकांच्या नावामागं आढळणारं बिरूद. 'माश' हा शब्द इंग्रजीतील 'मास्टर' या शब्दाचा अपभ्रंश आहे.

६. कोट्टारक्कारा श्रीधरन नायर- त्याकाळातील सुप्रसिद्ध मल्याळी चित्रपट अभिनेता.

७. नम्बुद्री व नायर- मल्याळी जातिव्यवस्थेच्या उतरंडीतील उच्च समजल्या जाणाऱ्या जाती.

२

'नवा मार्ग, नवं काम'

माझ्या नवऱ्याच्या मृत्यूनंतर त्याच्या आईला माझ्याकडून माझ्या मुलांच्या दैनंदिन खर्चासाठी भरपूर पैसे हवे असत, तेव्हा मी देहविक्रयाला सुरुवात केली. त्याकाळी, सामान्य कामगार महिलेला दिवसभराच्या कामाची हजेरी फक्त अडीच रुपये मिळत असे. काम जर अत्यंत खडतर असेल तर हीच मिळकत साडेचार रुपयांपर्यंत जात असे. पण माझ्या सासूला पाच रुपये हवे असत, तेसुद्धा रोज.

मी या सगळ्या गोष्टी माझ्या मैत्रिणीला-कर्त्यायनीला सांगितल्या. मी मुलांना अनाथाश्रमात पाठवायचा निर्णय घेतला होता. कर्त्यायनी म्हणाली, की 'तू मुलांना तिथं पाठवलंस तर ती तुला कायमची दुरावतील. त्यांच्या पालनपोषणासाठी पैसे मिळवण्याचा मार्ग म्हणून तिनं मला थ्रिशूरच्या रोजाचेचीबद्दल सांगितलं, की तू माझ्यासोबत आलीस तर तुला पैसे मिळवता येतील.'

म्हणून मी विचारलं, 'कसलं काम?'

त्यावर उत्तर मिळालं, 'तुला पुरुषाबरोबर 'जावं' लागेल.'

या विषयावर बोलताना, एकत्र झोपणं किंवा संभोग असं उघडउघड कुणी बोलत नाही. मला हसू आलं.

मी विचारलं, 'कुणी नुसतं सोबत जाण्यासाठी कशाला पैसे देईल?'

मला वाटलं होतं, की ती कुठल्यातरी माणसांची सोबत करण्याविषयी बोलतीय.

मग तिनं स्पष्ट करून सांगितलं तिथं पैसेवाले पुरुष येतात, त्यांना बायका हव्या असतात. तू त्यांना हवं ते दिलंस, तर तुला पैसे मिळतील.

ज्याक्षणी माझ्या कानावर 'त्यांना बायका हव्या असतात' हे शब्द पडले, त्याक्षणी माझ्या मनात सगळं चित्र स्पष्ट झालं. बाईला वापरून घ्यायचं... म्हणजे नवरा जसा तिला वापरून घेतो तसं.

मी तिला विचारलं, की मी हा मार्ग निवडला तर लोकांना समजणार नाही का?

हे इथं करायचं नाही, थ्रिशूरला जायचं, तिनं स्मरण दिलं.

कल्लूरहून थ्रिशूर लांब होतं. त्याकाळी बसेसही फारशा नव्हत्या. फक्त सकाळी एक बस होती आणि संध्याकाळी दुसरी.

हे सगळं त्या गावात होणार. म्हणजे कुणाला समजणारही नाही. मला सगळं सोपं वाटलं. म्हणून मी रोजाचेचीला भेटून तिच्याशी बोलणी करायचं ठरवलं. तिच्याकडून जर मला चांगल्या मिळकतीची हमी मिळणार असली तरच मला निर्धास्त वाटणार होतं. मला माहीत असणारे पुरुष म्हणजे माझा नवरा- सुब्बारेट्टन किंवा भास्करेट्टन यांच्यासारखे पुरुष. त्यांच्यापैकी कुणाचीच पन्नास रुपये देणं परवडण्याची ऐपत नव्हती. सुब्बारेट्टनच्या अनेक भानगडीही होत्या. भास्करेट्टन भात देत असे. दोन मापटी धान्य, नारळ... बस... त्याचे संबंध एवढ्यावरच असायचे. त्यामुळं मला इतके पैसे देऊ शकणाऱ्या माणसाची कल्पना स्तिमीत करत होती. काहीतरी जबरदस्त घडू पाहत होतं. कुणीतरी माझ्यासाठी पन्नास रुपये खर्च करणार होतं!

तिनं मला सविस्तर चर्चा करण्यासाठी जवळच आंब्याच्या झाडाखाली, सावलीत भेटायला बोलवलं. तिथंच जवळ माझ्या मोठ्या भावाचं दुकान होतं. आम्ही दोघी तिथं भेटलो, तितक्यात तो हातात एक मोठी काठी परजत आम्हाला मारायला धावत आला. पुढं मला समजलं, की तो रोजाचेचीचं गिऱ्हाईक होता. तो माझा भाऊ असल्याचं तिलाही माहीत नव्हतं.

सोनेरी किनारीचं धोतर नेसलेला माणूस

रोजाचेची म्हणाली, आपल्याला पोलीस अधिकाऱ्याकडं जायचं आहे. मी तिच्यासोबत गेले. सर्वप्रथम आम्ही 'रामदास' नावाच्या चित्रपटगृहात चित्रपट पाहिला. तिथून बाहेर पडलो तेव्हा पोलीस जीप आली होती. तिथून आम्हाला 'रामनिलयम'ला नेलं.

त्याकाळी 'रामनिलयम' हे नाट्यगृह होतं. माझ्या दृष्टीनं तिथं सगळंच नवं होतं. सर्वस्वी नवं वातावरण. मी कधी कल्पनासुद्धा केली नव्हती असं. मी कपडे परिधान करताना समोर पूर्ण उंचीचा आरसा... बाथरूम! मी नेहमी नदीत किंवा तळ्यात आंघोळ करायची. त्या काळी माझा केशसंभार लांबसडक व घनदाट होता. मी केस मोकळे सोडून, सैलावून, निवांत उभी असतानाच 'तो' आत आला. सोनेरी किनारीचं धोतर... कपाळावर चंदनी टिळा. मी इळवा समाजात जन्मले. आम्ही नायर व नम्बुद्रींना खूप मान द्यायचो. त्या लोकांची राहणी अशी असे आणि असाच एक पुरुष माझ्या शयनगृहात! मी स्तब्ध झाले.

मी म्हणाले, "रोजाचेची, कोण आहेत...?"

"हे, पोलीस अधिकारी... मी तुला सांगितलं होतं... ते!" रोजाचेची म्हणाली.

माझी अवस्था म्हणजे देहातीत म्हणावी अशी झाली होती. तिथं मद्याची बाटली होती. तू थोडी घेणार का, त्यानं प्रश्न केला. त्यावर रोजाचेचीनंच होकारार्थी उत्तर दिलं. त्यानं मला हवं तेवढं मद्य ओतून घ्यायला सांगितलं. त्याला बहुतेक वाटलं असावं, की मी घेईन, पण थेंबभर. पण, मी तर मोठ्या पेल्यात जवळपास पाऊण पेला भरेल इतकं मद्य ओतून घेतलं.

ते पाहून तोच गांगरून गेला आणि, "थोडं पाणी ओत, त्यात थोडं पाणी घाल..." म्हणत राहिला.

ते ऐकून मी पेल्यात थोडंसं पाणी ओतलं. खरं सांगते, मी त्यावेळी घाबरले होते, 'स्टेज-फ्राईट' सारखी माझी अवस्था होती. मी एका दमात पेला रिकामा केला ते पाहून त्याला अतिशय आश्चर्य वाटलं असणार. त्याच्या पेल्यात जरासं मद्य आणि भरपूर पाणी असं मिश्रण होतं.

त्याचं व्यक्तिमत्त्व उच्चकुलीन रुबाबदार होतं. पोलिसी तर अजिबात नव्हतं... जरासुद्धा नाही.

त्याच्याबरोबर आलेला झुबकेदार मिशावाला माणूस मला प्रथम दृष्टिक्षेपात पोलीस वाटला होता. पण तो पोलीस नव्हता, तर राजकारणी होता.

त्या रात्री तो माझ्याशी अतिशय मृदूपणे वागला. ते फक्त एका रात्रीपुरतं होतं. पण माझ्या मनात सुब्बारेट्टनच्या स्मृतींपेक्षा या माणसाच्या स्मृती अधिक हळुवार आहेत. हा माझ्या स्वप्नीचा राजकुमार होता... माझ्या कल्पनाचित्रातला पुरूष!

याच देखण्या राजकुमारानं मला सकाळी पोलिसांच्या स्वाधीन केलं. पुरुष एकाच वेळी देखणा आणि क्रूर अशा दोन्ही चेहऱ्यांचा असू शकतो. माझ्या पहिल्यावहिल्या ग्राहकाकडून मला मिळालेला पहिला धडा!

दुसऱ्या दिवशी सकाळी आम्हाला न्यायला पुन्हा पोलीस जीप आली. आम्हाला गावाजवळ मिशन क्वार्टर्सपाशी सोडलं. मी जीपमधून उतरून चालू लागले, तितक्यात दुसरी पोलीस जीप माझ्याजवळ येऊन थांबली. त्या जीपमधून दोन पोलीस खाली उतरले आणि कडक आवाजात खेकसले, "आत बस!"

ते आणीबाणीचे[१] दिवस होते. आम्हाला पोलीस ठाण्यात आणल्याबरोबर आत डांबण्यात आलं.

मी या वागणुकीमुळं संताप आणि उद्वेगाच्या भरात किंचाळले, "रात्री झोपायला पोलीस, आणि दिवसा झोडपायला पोलीस!"

फटके मारणाऱ्या साहाय्यक निरीक्षकानं कुचेष्टेच्या स्वरात विचारलं, "मग, तुला काय वाटलं? तू रात्री 'सार'[२]बरोबर झोपलीस, तर ते आम्हाला सांगणार नाहीत?"

अगदी मंडल निरीक्षकापासून प्रत्येकजण माझा उल्लेख "सारबरोबर झोपलेली

बाई'' असा करत होता. त्यावरून मला कळलं, की माझ्या स्वप्नीचा तो राजकुमार या सगळ्या अधिकाऱ्यांच्या वरचा आहे. त्यानंतर थोड्यावेळानं उपनिरीक्षक आत आला. तो 'वीज बाबू' म्हणून प्रसिद्ध होता. त्याचा आवडता छंद म्हणजे, रस्त्यारस्त्यावर फेरफटका मारत ठग मंडळींना चोप देणं... सुरेश गोपीच्या[३] चित्रपटातल्यासारखं. तो माझ्याशी दयाळूपणे वागला. त्यानं मला मारणं थांबवायला सांगितलं.

"रात्री माझ्याबरोबर चल, मग तुला सोडतो,'' त्यानं प्रस्ताव ठेवला. मी त्याला मान्यता देऊन, माझी मानगुट सोडवून घेतली.

त्यानंतर आजअखेर मी इतका राजबिंडा माणूस कधीही पाहिला नाही. पण आजही हे सगळं आठवलं की आत काहीतरी तुटतं. एखादा माणूस इतका निष्ठूर कसा असू शकतो? मी कुणातही इतकं क्रौर्य कधीही पाहिलं नाही; आणि असा हळुवारपणाही कधी अनुभवला नाही.

'कंपनी हाऊस'

यानंतर मी या ठिकाणाहून दूरच राहावं असा विचार करून वावन्नूरला जायचं ठरवलं. तिथं मी, रोजाचेची, शीला, कर्त्यायनी व आणखी काहीजणींनी मिळून एक घर भाड्यानं घेतलं. रोजाचेची आमची पुढारी होती. तिच्यामध्ये पुढाऱ्याचे सर्व गुण होते. तिच्यासोबत काही अनुभवी माणसंही होती. मी, शीला, कर्त्यायनी व आणखी काही मुली नव्यानं आलो होतो.

वावन्नूरमधलं 'कंपनी हाऊस' अगदी निर्जन स्थळी होतं. आम्हाला आजूबाजूला कुणी शेजारी नव्हते. एका बाजूनं कालवा वाहत होता, दुसऱ्या बाजूला आमराई होती आणि त्यापलीकडं खडकांच्या रांगाच रांगा. माझ्या आठवणीनुसार, त्याकाळी ऑटो रिक्षा इतक्या सर्रास दिसत नसत. मला एकही ऑटोरिक्षा आठवत नाही. लोक कारमधून येत असत. कूट्टनाड, पट्टाम्बी व मेळतूर या भागातले दलाल होते. लोक त्यांच्या माध्यमातून आमच्यापर्यंत पोहोचत असत.

या घरांवर कुठल्यातरी कंपनीच्या नावाचा फलक लावणं हा नेहमीचा रिवाज होता. तो फक्त देखाव्यासाठी असे. बरेचदा, मोठमोठी 'तरावाड' पुढं 'कंपनी हाऊस' बनली होती. बहुतेक ठिकाणी उच्चकुलीन नायर महिला ती सांभाळत असत.

या 'कंपनी हाऊस'मध्ये दलालांबरोबरच काही धट्टेकट्टे लोकही असत. आमच्याकडेही असे दोनजण होते- मनुक्का आणि कुन्हाप्पा. त्यापैकी कुन्हाप्पा खरोखरचा ठग होता. अगदी पहिल्याच दिवशी आमचं दोघांचं जोरात वाजलं. मी जिन्यावरून जात असताना त्यानं मला धक्का मारला. मी त्याच्या खाडकन् मुस्कटात भडकावली. मग रोजाचेचीनं मध्ये पडून वाद मिटवला. तिनं मला बजावून सांगितलं, की तू

त्याला खूष ठेव. त्याच्याशी शत्रुत्व घेऊ नकोस. मग तिनंच सांभाळून घेतलं. तिनं सांगितलं, की मी काही मुद्दाम त्याला मारलं नाही, तो एक अपघात होता. ते प्रकरण तिथंच मिटलं.

सुखाचे दिवस

मला मनुक्का आवडत असे. मला काहीही अडचण आली, संकट आलं, तर तो नेहमी माझ्या बाजूनं उभा राहायचा, प्रेमळ शब्दांनी दिलासा द्यायचा. तो भरभक्कम सहा फूट उंच होता. त्याला बायकांशी प्रणय नको असायचा. त्याला फक्त स्पर्श, कुरवाळणं यांतच अधिक आनंद मिळत असे. त्याला पुरुषांशी प्रणय आवडायचा. यामागं कारण होतं. तो त्याच्या वडिलांच्या दुसऱ्या बायकोचा मुलगा असल्यामुळं त्यानं प्रचंड उपेक्षा सोसली होती. त्यामुळे त्यानं कधीही लग्न केलं नाही. एकदा कुन्हाप्पा एका पोलीस केस मध्ये अडकला आणि त्यानं ते ठिकाण सोडलं. तेव्हा मनुक्काबरोबरच्या प्रेमप्रकरणाला चांगलीच धग मिळाली.

आम्हा दोघांनाही एकमेकांबद्दल इतकी प्रीती वाटायची, की कधीकधी आम्ही कुन्नामकुलमच्या 'रिगल हॉटेल'मधील फॅमिली रुममध्ये बसून कितीतरी वेळ गप्पा मारल्या आहेत. एकूणच ते दिवस मोठे सुखाचे होते... पण ते भुर्रकन उडून गेले. मी घरी अगदी नियमितपणे पैसे पाठवायची. मी घरी परत जाण्याजोग्या स्थितीत नसले तरी, ते माझी मिळकत स्वीकारत असत. मी माझ्या एका मैत्रिणीकरवी माझ्या सासूला पैसे पाठवत असे.

ते दिवस मुक्त होते. तेव्हा आजच्यासारखे इतके सगळे सामाजिक प्रश्न किंवा पोलिसांचे छापे नसत. टक लावून बघत राहणं किंवा असभ्यपणे निरखणं हे प्रकारही इतके सर्रास नव्हते. माझ्या मनात सिद्दिकी नावाच्या गिऱ्हाईकासोबत बाहेर जाण्याच्या सुंदर स्मृती आहेत. आम्ही पाचजण जायचो. आम्ही दोघं, बॉडीगार्ड म्हणून मनुक्का आणि कुन्हाप्पा आणि खुशामत्या इस्माईल. हा प्रकार आज घडतात तसा टोळीनं बलात्कारासारखा नव्हता. तर तो खराखुरा उत्सव असायचा. आम्ही सर्वजण मिळून धूम्रपान, मद्यपान करायचो. मी सिद्दीकीसोबत प्रणय करायची आणि मनुक्काच्या शेजारी पडून राहायची.

पण हे फार काळ चाललं नाही. माझं रोजाचेचीशी वाजलं. याला तिचा प्रेमी अबू व माझे संबंध कारणीभूत ठरले. ते तिच्या परवानगीनंच झालं होतं, पण त्यावेळी माझ्या अंगावरचे कपडे फाटले होते. हे अबूच्या लक्षात आल्यावर त्यानं दुसऱ्या दिवशी माझ्यासाठी स्कर्ट आणला. ही गोष्ट रोजाचेचीला सहन झाली नाही. तिनं संतापानं धुमसत माझी पेटी उघडून त्यातले माझे सगळे कपडे बाहेर काढले आणि त्यांना काडी लावून दिली. माझ्या अंगावरचा ब्लाऊज आणि धोती सोडून

सगळं बेचिराख झालं. त्यावेळी गोपालकृष्णन नावाचं एक गिऱ्हाईक माझ्या मदतीला धावलं. त्यानं गावात जाऊन माझ्यासाठी नवे कपडे आणले.

नाहीतरी, तसं आता इथं राहणं अवघडच होत चाललं होतं. कुन्हाप्पा एका खुनाच्या केसमध्ये अडकला होता. तो काहीतरी व्यक्तिगत वैमनस्यातून घडलेला प्रकार होता. त्यामुळं 'कंपनी हाऊस'मध्ये पोलीस चौकशीचा ससेमिरा तीव्र होऊ लागला होता. त्यामुळं मी थ्रिशूरमध्ये अमला हॉस्पिटलजवळ एका मैत्रिणीच्या घरी राहायला गेले आणि तिथून 'कंपनी हाऊस'च्या वाऱ्या करू लागले.

काहीकाळ इत्तिरुवम्मा नावाच्या नायर महिलेचं 'तरावाड'हा माझा अड्डा होता. रामन नायर नावाचा माणूस तिची सोबत करायचा. तो तिचा नवरा, व्यवस्थापक, दलाल... सगळं काही होता. हे कंपनी हाऊस पालक्कडमध्ये कूट्टनाडजवळ होतं. इत्तिरुवम्माचे नम्बुद्रीशी 'संबंधम्'[५] होते. खरं तर, रामन नायर फक्त व्यवस्थापक होता. तिथल्या सगळ्यांचे असे त्रिकोणी प्रणय असत. ते सर्वांना माहीतही असत, त्यामुळंच ही नाती अगदी घट्टमुट्ट असत. इथं मनुक्कासुद्धा हजर असायचा; तो या घरीसुद्धा येत असे.

सिद्दीकी आखाती देशात गेला आणि आमचा जुना गट पूर्णपणे मोडला. मला त्यानंतर मनुक्का कधीही भेटला नाही. कधीतरी तो भेटेल अशी आशा मी माझ्या मनात तेवत ठेवली आहे. रोजाचेची मी राहायची त्या ठिकाणी येऊन तमाशा करायची. आता मात्र मला तिचा काहीच ठावठिकाणा माहीत नाही.

दरम्यान, मी काही काळ आणखी एका नायर 'तरावाड'मध्ये राहिले. तिथं दलाल गिऱ्हाईक आणायचे. मात्र गायी खरेदी करण्यासाठी गिऱ्हाईक आणलं असल्याचा बहाणा असायचा. आमचा धंदा 'आतून' चालत असे. चर्चा मात्र बाहेरच्या गायींची होत असे. हे गायी विकण्याचं नाटक स्थानिक लोकांच्या डोळ्यांत धूळ फेकण्यासाठी असे. त्यांना सत्य काय हे माहीत नव्हतं. त्याकाळी, असं विशेष प्रकारचं साहचर्य असे!

'महाराणी'

रोजाचेचीशी वाजल्यानंतर मी थ्रिशूर गावात गिऱ्हाईक शोधायला सुरुवात केली. ते मला फारसं आवडत नव्हतं. असं दिवसरात्र इकडंतिकडं भटकत राहणं सुखाचं थोडंच असतं! रात्री-बेरात्री गावात भटकणाऱ्यांच्या दृष्टीनं सर्वांत मोठा प्रश्न असतो तो आंघोळीचा. आंघोळीला कुठं जायचं? गावापासून थोड्या अंतरावर तळ्यात किंवा नदीवर आंघोळ करणं सुरक्षित नव्हतं, तिथं मवाल्यांच्या उपद्रवाची भीती असायची. गावातच एखादी चांगली खोली बघणं हा यावर उपाय होता, पण अशा खोल्या भाड्यानं देणारे सगळेचजण आम्हाला त्या वापरू देत नसत. त्यापुढची

डोकेदुखी म्हणजे एखादं निवांत हॉटेल शोधणं. ही सगळी ठिकाणं काही सुरक्षित नसतात. नियमित जेवायला-खायला मिळेल असं ठिकाण शोधून तो प्रश्न सोडवला, की दिवसाचा वेळ सिनेमे-बिनेमे बघत घालवता येतो आणि मग रात्री आठनंतर गिऱ्हाईकं शोधता येतात. पोलिसांची ड्यूटी रात्री आठ वाजता बदलते. साधारणपणे त्या दरम्यान त्यांच्याकडून होणारी छळवणूक जास्त असते. समजा एखादं गिऱ्हाईक मिळालं तर रात्र सुसह्य होते, पण नाही मिळालं तर मात्र रात्र घालवणं दुःखद असतं. अशी वेळ खरंच अतिशय खडतर असते.

ज्या दिवसाढवळ्या ग्राहकांची प्रतीक्षा करत असतात, त्यांना आणखी वेगळ्याच अडचणी असतात. त्या गावात काहीतरी कारण पुढं करून म्हणजे कुठंतरी घरकामाला किंवा मुलं सांभाळायला आहे अशी सबब सांगून आलेल्या असतात. त्यांना प्रत्येकक्षणी अतिशय दक्ष राहावं लागतं. ग्राहकांची वाट बघत ठराविक ठिकाणी ताटकळत उभं राहण्याचं संकट असतंच, पण चांगला ग्राहक भेटून, त्याच्याकडून पैसे मिळाल्यानंतरसुद्धा ताप संपत नाही. ठरलेली वेळ संपेपर्यंत ताटकळावं लागतंच.

एके दिवशी मला असं भटकायचा कंटाळा आला आणि मी कोझीकोडेला गेले. तिथं जाण्यामागं काही कारण नव्हतं, सहजच गेले होते. तिथं उतरल्यानंतर मी जवळच्या एका बागेत जाऊन बसले.

तितक्यात एक माणूस माझ्यापाशी येऊन म्हणाला, ''मी राजन. माझ्याबरोबर येणार का?''

तो तिथला प्रसिद्ध दलाल होता. त्यामुळं त्यानं स्वत:ची ओळख फक्त नावानं करून दिली. मी यापूर्वीही तिथं आले आहे असं त्याला वाटत होतं. त्याकाळी, देहविक्रय करणाऱ्या बाईला कुणीही सहज ओळखू शकत असे. आमच्या मेकअपवरून ते स्पष्ट कळायचं.

''महाराणी हॉटेलवर ये,'' त्यानं सांगितलं, ''मी तुला पाहिजेत तेवढे पैसे देईन.''

मलाही दिवसभर भटकत राहण्यात काडीचा रस नव्हता, त्यामुळं मी त्याच्या सोबत गेले. आम्ही महाराणी हॉटेलवर खोली घेतली. ती खोलीसुद्धा अगदी खास होती. प्रवेश केल्या केल्या एक मोठा दिवाणखाना, बाकी सगळी मांडणी कुठल्याही लॉजमध्ये असते तशी होती. दिवाणखान्याला एक छोटंसं दार होतं- बाथरूमचं दार असतं तसं. त्या दारापलीकडं छोटी खोली होती. तिच्या मध्यात एक कॉट होती. त्या खोलीत संपूर्ण अंधार होता. तिथं येणाऱ्या माणसाला 'काम' झालं की आमचं नखही दिसू शकत नसे. मी तिथं नियमित रुळले. त्यानंतर एकदा एक माणूस हळूहळू माझ्यापर्यंत पोहोचायचा प्रयत्न करू लागला. तो सिनेमा क्षेत्राशी काहीतरी

संबंधित होता. तो काय बोलायचा त्याचा मला काहीही अर्थबोध होत नसे, त्या सगळ्या तांत्रिक बाबी असत.

त्याला माझा चेहरा पाहायचा होता, म्हणून त्यानं हट्टानं राजनच्या मागं लकडा लावला होता. त्यामुळं त्यानं बाहेरच्या दिवाणखान्यातला दिवा लावला. मला पाहताच आश्चर्यानं त्याचे डोळे विस्फारले. त्याची समजूत होती, की आम्ही कुरूप असल्यामुळं आपल्याला कुणी पाहू नये यासाठी आम्ही दिवे मालवून ठेवतो. तिथं येणारे लोक घाईघाईनं सेक्स उरकण्यासाठी येतात, पण हा माणूस मात्र माझ्याशी आपणहून बोलत होता.

''तू सुंदर आहेस, मग अशी अंधारात का बसतेस?'' त्यानं विचारलं.

मी त्याला सांगितलं, की इथं अशी पद्धत आहे आणि ती तशी का आहे ते मला माहीत नाही.

सर्वसामान्य गिऱ्हाईकांच्या बाबतीत सांगायचं तर, ते इथून परत जायचे, पुन्हा रात्री इथं यायचे... बस्स! त्यामध्ये अशी कौतुकाची पावती वगैरे अजिबात नसायची, त्यामुळं मला हा माणूस विशेष आवडला.

मला प्रथम पाहताना त्याच्या चेहऱ्यावर उमटलेले ते विस्मयाचे भाव अगदी आजही माझ्या मनावर जसेच्या तसे कोरलेले आहेत.

मनोरुग्ण

थ्रिशूरमध्ये 'राऊंड'पाशी मला सलीम नावाचा एकजण भेटला. तो गाडीत बसून माझ्याकडं बघत होता. त्यानं मला बोलावलं. तो रंगभूमीवरचा नट होता, हे आमची ओळख झाल्यानंतर त्यानंच मला एकदा सांगितलं होतं. तो चांगला प्रसिद्ध असावा. त्यानं मला गुरुवायूरला नेलं. तिथं आम्ही एक खोली घेतली.

तिथं मला कुणीतरी ओळखेल या भीतीनं त्याच्या पोटात गोळा आला होता. त्यामुळं त्यानं खोली मिळवण्यासाठी प्रचंड थापा मारल्या होत्या. त्यानं आपली पत्नी (म्हणजे मी) मनोरुग्ण असून आपण इथं उपचारांसाठी आलो असल्याची बतावणी केली होती आणि मला औषध दिल्यानंतर आता त्याला झोप येण्यासाठी दारूची गरज आहे असं सांगितलं होतं. गुरुवायूरमध्ये अशी पद्धत आहे, की विवाहित जोडपं म्हणून सोबत सुटकेस घेऊन हॉटेलमध्ये खोली घ्यायची. मग संशयाची पाल जरासुद्धा चुकचुकत नाही. नाहीतर मात्र खोलीचा दर गगनाला भिडतो. कदाचित कुणी ही गोष्ट पोलिसांपर्यंतसुद्धा पोहोचवतं. सलीमनं ही 'मनोरुग्ण' कहाणी याचसाठी रचली, की समजा माझं एखादं वागणं-बोलणं 'बायको'च्या प्रतिष्ठेच्या चौकटीत साजेसं बसलं नाही तर प्रश्न नको! त्यानंतरही तो अनेकदा माझ्याकडं आला होता. मी थ्रिशूर सोडेपर्यंत आमचे संबंध टिकून होते... रस्त्यावर

सुरू झाले आणि... तिथंच संपले!

धाड आणि साडी

पालक्कडच्या वेलायुधनची आणि माझी भेट चेट्टीयंगडीमध्ये योगायोगानं झाली. तो माझं गिऱ्हाईक बनला. तो एका मोठ्या कापडगिरणीत विक्रेता होता. अतिशय प्रेमळ माणूस! तो मला उत्तमोत्तम हॉटेलमध्ये घेऊन जायचा, माझ्यासाठी साड्या आणायचा.

तो माझ्यासाठी साड्या आणू लागला याला एक कारण घडलं. एकदा मी छोटानिकरा या प्रसिद्ध तीर्थक्षेत्री गेले होते. त्यावेळी मी कपड्यांचा एकच जोड सोबत नेला होता. त्यानं पुन्हा मंदिरात जाण्याचा आग्रह धरला होता. मी माझे सगळे कपडे धुवून वाळत घातले होते, त्यामुळं अंगावर बेडशीट गुंडाळून होते. अकस्मात दारावर पोलिसांची थाप पडली! तो अतिशय धोक्याचा क्षण होता! मला संपूर्णतः नग्नावस्थेत अटक होऊ शकली असती, पण मी केवळ त्याच्यामुळं या संकटातून सहीसलामत सुटले. पोलिसांनी त्याला फर्मावलं, की मला बाहेर बोलाव. त्यावेळी त्यानं पोलिसांना पटवून दिलं, की माझी बायको आजारी आहे, तिच्यावर औषधोपचार सुरू आहेत आणि आत्ता ती झोपलीय. हा माणूस इतका हुशार होता, की त्याचं सांगणं पोलिसांना पटलं. त्यांना आजारपणाची कहाणी आणि रुग्णाची झोपमोड झाली तर काय अनर्थ उद्भवू शकेल याचं चित्र... सगळंच पटलं! त्यानंतर प्रत्येक खेपेला येताना तो माझ्यासाठी न चुकता साडी घेऊन यायचा.

विश्वनाथनचे अभ्यासवर्ग

एकदा, मी थ्रिशूरच्या एका गिऱ्हाईकाच्या सूचनेवरून कलमश्शेरीला गेले. तिथल्या घड्याळाच्या कंपनीशेजारी माझी एक मैत्रीण राहायची, मला तिच्याकडं जायचं होतं. मी एका छोट्या दुकानाशी वाट बघत उभी होते. जाणारे-येणारे लोक माझ्याकडं कुतूहलानं पाहत होते. मी दुकानाजवळ उभी होते.

तितक्यात एकजण माझ्या दिशेनं आला. थोडं टक्कल पडलेला, धिप्पाड, अगदी रासवट म्हणावा असा माणूस होता. त्याच्या तोंडात सिगरेट होती आणि ओठांवर ते विशिष्ट हास्य. मला तो कुणी महत्त्वाचा अधिकारी वगैरे असेल असं अजिबात वाटलं नाही, कुणीतरी अती आंबटशौकीन श्रीमंत प्राणी असेल असं वाटलं. त्यानं मला मी कुणाची वाट बघतीय असं विचारलं. मी नाव सांगितलं.

काडेपेटीतील काडीनं सिगरेट शिलगावून झाल्यानंतर काडी दूर भिरकावताना त्यानं हलक्या आवाजात विचारलं, "बसणार का?"

मी पैसेवाली माणसं सोडू शकत नाही, याला दोन कारणं आहेत. एक म्हणजे,

अशी माणसं सभ्यपणे वागायचा प्रयत्न करतात. (एरवी, फक्त तसा प्रयत्न असतो, सभ्यता वगैरे अजिबात नसते.) शिवाय, ती आम्ही सुचवू त्या हॉटेलमध्ये घेऊन जातात, पैसे देतात आणि मध्यरात्रीच्यावेळी रस्त्यावर मध्येच सोडून जात नाहीत.

मी त्या माणसाला होकार दिला. तो माणूस विचारू लागला, की आपण थ्रिशूरमध्ये कुठं भेटू शकतो? त्याच्या या प्रश्नानं मी गोंधळात पडले. मी नेहमी रात्री KSRTC च्या जवळपास तरंगत असायची. पण, मी त्याला तसं सांगितलं असतं तर तो मला अगदी फालतू धंदेवाली समजला असता, मग मला जरा कमीपणा वाटला असता. जरा चांगल्या असणाऱ्या सगळ्या देहविक्रेत्या रंगम थिएटर ते रामदास थिएटर या रस्त्याच्या वळणावर उभ्या असतात. तिथं चांगला नट्टापट्टा केलेल्या, दिसायला एकदम देखण्या देहविक्रेत्या असतात. तो त्यांच्या मागं लागणार! म्हणून मी त्याला सांगितलं की मी तुला 'रामदास'पासून काही अंतरावर भेटेन. ही जागा सोयीस्कर होती कारण मी देहविक्रेती असल्याचं तिथं कुणाला समजलं नसतं, आणि तिथं त्याला मोहात अडकवायला आणखी कुणी दुसरी बाई असणार नव्हती. माझं एक ठाम होतं, गिऱ्हाईकानं माझ्याकडं यायचं... मी ढुंगण हलवून किंवा हात करून कुणाचं लक्ष वेधून घेणार नाही. (अर्थात, मी एकदा त्याठिकाणी सलग पाच वेळा उभी राहिल्यानंतर तो 'पिक-अप पॉईंट' बनला.) माझी दोन सोयीस्कर वेळांना नेहमी पसंती असायची. एक तर सिनेमा सुटण्याआधी किंवा सिनेमा सुरू होण्याआधी. या वेळा सोयीच्या होत्या कारण, मी तिथं सिनेमा सुरू होण्याच्या आधी दिसले तर लोकांना वाटेल, की मी नवरा व मुलांची वाट बघत उभी आहे, आणि सिनेमा सुटल्यानंतर दिसले तर, मी मला न्यायला येणाऱ्या घरच्या लोकांची वाट बघतीय असं वाटेल.

पहिल्या वेळी तो बरोबर ठरलेल्या वेळी आला. त्यानं माझ्यासाठी झगमगती साडी विकत घेतली. ती मला नेसायला सांगितली. हा सगळा खटाटोप होता तो लोकांना मी त्याची बायको आहे असं वाटावं यासाठी. साडी ब्लाऊजला नीट मॅचिंग होत होती- त्याकाळी, मला ब्लाऊजला मॅचिंग होणारी साडी कशी निवडायची ते कळायचं नाही. त्यानंतर त्यानं मला सोन्याचं पाणी दिलेले दागिने मिळणाऱ्या दुकानातून मंगळसूत्र आणून दिलं. मग आम्ही शोर्नुरला गेलो. या ठिकाणी देहविक्रेत्यांना अगदी खुलेपणे खोल्या मिळू शकत असत. तो मला न्यायला रामदास थिएटरजवळ आला नाही. त्यानं मला बसनं जायला सांगितलं. बसनं निघायचं आणि अमला येण्याआधी उतरायचं. तो दुचाकीवरून आधीच तिथं पोचणार होता आणि मग तिथून आम्ही शोर्नुरकडं रवाना होणार होतो.

तो दर खेपेला माझ्यासाठी साडी आणि गळ्यातलं आणत असे. मी अतिशय थरारून जायची. विश्वनाथनच्या सहवासातील क्षणांमुळं नव्हे, तर या भेटवस्तूंमुळं.

तो माझ्यासाठी या वस्तूंपेक्षा प्रवास व इतर गोष्टींवर जास्त खर्च करत असे, पण हा वेगळाच अनुभव होता. त्याची वाट पाहत थांबणं तितकं सोपं नव्हतं. पहिल्या दिवशी तो वेळेवर आला. पण पुढंपुढं त्याला उशीर होऊ लागला. तो 'शिफ्ट' उशिरा संपली, असं सांगायचा किंवा मित्रांच्या गराड्यातून सुटकाच होईना, असं सांगायचा. मी त्याची वाट पाहत उभी असायची, तेव्हा कधीकधी इतर लोक माझ्याकडं यायचे. मी त्यांना मी कुणाची तरी वाट बघतीय असं सांगायची पण काही वेळानं ते परत यायचे तरी मी अजून तिथंच उभी असलेली दिसायची, तेव्हा भांडणाची ठिणगी पडायचीच. ते वाट पाहणं मोठं भयंकर असायचं... अतिशय ताण देणारं! तो माझ्या आधी आला असला, तर तो गाडीवर रेलून उभा असायचा, मी अजून का आले नाही याची काळजी करत असायचा, तितक्यात मी धावत-पळत तिथं पोचायचीच.

विश्वनाथन विलक्षण माणूस होता. तो फारसा देखणा वगैरे नव्हता, चाळिशी उलटलेला होता. त्याला दुचाकीवरून फिरणं अतिशय आवडायचं आणि मला दुचाकीवर बसायची नेहमी भीती वाटायची. मी गाडीवर त्याला घट्ट धरून बसायची. गाडी खड्ड्यातून गेली की माझी पकड आणखी घट्ट व्हायची. त्यामुळं तो अतिशय रोमांचित होत असे. आजही माझ्या मनात या भ्रमंतीच्या आठवणी ताज्या टवटवीत आहेत! भाग्यराजच्या 'चिन्नावीडू' मध्ये नायक बाईकवरून उडत निघतो आणि त्याच्यासोबत एक भयभीत प्राणी चिकटून बसलेला असतो, ते पाहिल्यावर मला हा प्रकार समजला!

विश्वनाथन घड्याळाच्या कारखान्यात महत्त्वाच्या अधिकारपदावर होता. त्याच्या घरी बायको आणि मुलं होती. त्याच्या एकूण पैसे उधळण्यावरून त्याची आर्थिक परिस्थिती चांगली भक्कम असावी असं वाटत होतं. त्याकाळी, गिऱ्हाईकं अगदी नवऱ्याच्या प्रकारातली असायची. आम्हाला त्यांच्याविषयी काडीमात्र काही कळता कामा नये; पण त्यांना मात्र आमच्याबद्दल खडान्‌खडा कळलं पाहिजे आणि समजा चुकून कधी त्यांनी स्वत:विषयी काही सांगायला तोंड उघडलंच तर त्यातून परमेश्वराहून महान असल्याचा आविर्भाव साजूकपणे व्यक्त होत असायचा.

विश्वनाथन मला अतिशय चांगल्या हॉटेलात नेत असे. त्यावेळी तो माझे अभ्यासवर्ग घेत असायचा. साडीच्या पदराचं टोक असं नीट खोच, साडीला तोंड पुसू नकोस, खाताना कुणाकडं बघत राहू नकोस... हे करू नकोस... ते करू नकोस... त्याची सतत मास्तरकी सुरू असायची. मला ते आवडायचं नाही; घुसमटल्यासारखं वाटायचं. आमच्यासमोरच्या बाजूला कोण बसलंय, त्या माणसासोबत असणारी बाई त्याची खरंच बायको असेल की नाही, गल्ल्यावरच्या मुली बऱ्यापैकी आहेत की नाही, असलं औत्सुक्य मला स्वस्थ बसू देत नसे.

एकदा गुरुवायूरला 'एलाईट' हॉटेलमध्ये, मी खुर्चीत अगदी वाकून कशीतरी बसले होते तेव्हा तो म्हणाला, "अशी बसू नकोस. नीट बस. हात असा ठेव." पण हे सगळं माझ्या डोक्यात शिरलंच नाही. तो या सगळ्या गोष्टींची नोंद घेत होता. मी हातांची घट्ट घडी घातली होती, तरी मला आपण पुरेशा 'स्टायलिश' नाही असं वाटत होतं. मी त्याच्याकडं पाहिलं आणि हे सगळं पाहणाऱ्या हॉटेल व्यवस्थापकाकडंही. त्यानं मला सुधारायचा जितका प्रयत्न केला, तितका मी फज्जा उडवत राहिले.

त्याच्या या सूचना बिछान्यातसुद्धा सुरूच असायच्या; घोरू नकोस, घोरणारी माणसं चांगली नसतात, त्यामुळं सावधगिरी घे आणि मग झोप लागली की त्याच्या स्वत:च्याच घोरण्याचे डरकाळ्यांसारखे आवाज घुमू लागत... भीमाच्या भयभीत करणाऱ्या युद्धगर्जनांशी स्पर्धा करू शकतील असे!

तो मला विचारत असे, की "मी झोपेत घोरलो का?"

मी त्यावर अगदी विनयानं सांगायची, "छे, छे, अजिबात नाही."

त्याच्या बायकोनं त्याला सांगितलं होतं, की तुम्ही अजिबात घोरत नाही! ती नक्कीच त्याला मस्का लावण्यासाठी तसं म्हणाली असणार. तो तोंड स्वच्छ धुणं व झोपण्याआधी दात घासणं याविषयी आवर्जून सल्ले देत असायचा. मात्र त्यानं जे काही खाल्लं असेल त्याचे कण त्याच्या चेहऱ्यावर कुठं ना कुठं हटकून दिसायचेच.

अशाप्रकारे आम्ही दोघं बरोबर जात राहिल्यामुळं हॉटेलमधल्या कर्मचाऱ्यांना आम्ही विवाहित दाम्पत्य आहोत असं वाटू लागलं होतं. दर खेपेला तो दारू आणायचा... अर्धी बाटली! माझ्या दृष्टीनं तेवढी दारू म्हणजे फक्त एक थेंब! तो नेहमी पेल्यात थोडीशी दारू ओतून घ्यायचा. त्या काळी मला 'स्मॉल' आणि 'लार्ज' वगैरे माहीत नव्हतं. माझं 'माप' अगदी साधं-सरळ होतं... बाटली घ्यायची आणि आपल्याला हवी तेवढी ओतून घ्यायची! मला त्याची ही पद्धत माहीत असल्यामुळं मी आधीच ढोसूनच यायची. मग तो माझ्या पेल्यात जराशी दारू ओतून बाटलीचं टोपण घट्ट बंद करायचा. तो इकडं-तिकडं कुठं गेला, की मी पुन्हा मला पाहिजे तेवढी दारू ओतून घ्यायची. त्यानं माझ्या पेल्यात ओतलेल्या तेवढ्या दारूनं माझं विमान इतकं उंच गेलेलं पाहून त्याला आश्चर्य वाटत असे. थोड्या वेळानं त्याचंही विमान उंच जात असे. पण माझा अजूनही स्वत:वर ताबा असे. त्यावेळी त्याची ती सगळी मूर्ख बडबड ऐकताना मला हसू फुटत असे.

मग तो म्हणायचा, की "तुला चांगली चढली आहे त्यामुळं तू अशी हसतीयस!"

त्यावेळी माझ्या मनात यायचं, 'किती मूर्ख आहेस रे तू?'

मी त्याच्याइतकीच दारू पिते या गोष्टीनं तो खवळून उठत असे. मी बाई असल्यामुळं तो माझ्या पेल्यात भरपूर पाणी ओतत असे. पण माझी सवय म्हणजे पेल्यात दारूपेक्षा कमी पाणी घालायचं. त्याची असली बडबड अगदीच कंटाळवाणी व्हायची तेव्हा मी मध्येच उठून बाथरूमला पळायची.

एक मात्र झालं, या व्यवहारात मी 'टेबल मॅनर्स' शिकले!

विश्वनाथन खूप बोलायचा. त्याच्या हाताखाली काम करणाऱ्या लोकांच्या चुकांबाबत तो काय काय करतो, त्याचे वरिष्ठ त्याच्यावर कशी स्तुतिसुमनं उधळतात... वगैरे वगैरे पुन्हापुन्हा सांगत असायचा आणि दर खेपेला तीच कहाणी पुन्हा ऐकावी लागायची. असा प्रकार बरेचदा घडल्यामुळं, ही बडबड अत्यंत असह्य व्हायची, पण मी त्याचं बोलणं अगदी लक्षपूर्वक ऐकतीय असं मला त्याला भासवावं लागायचं.

मी ती सगळी चर्पटपंजरी आवडत असल्याचा बहाणा करत चीत्कारायची, "अगंबाई, खरंच? खरंच असं झालं?"

जेव्हा परिस्थिती अगदीच असह्य व्हायची तेव्हा तो विचारायचा, "तुला झोप आलीय का?"

त्यावर मी गोड स्वरात म्हणायची, "नाही, नाही, मी ऐकतीय."

अखेर, माझ्या सहनशक्तीचा कडेलोट झाला, की मी म्हणायची, "विश्वेत्ता, मला झोप येतीय."

'विश्वेत्ता' हे संबोधन त्याला आडवं करायला पुरेसं असायचं. त्याला ते फार आवडायचं.

विश्वनाथनच्या या कहाण्यांमध्ये तो नेहमीच 'नायक' असायचा, द हिरो! त्यानं अमूक केलं... त्यानं तमूक केलं... त्यानं तरुण अधिकाऱ्याला असा धडा शिकवला... त्याच्या वरिष्ठांनी त्याची किती पाठ थोपटली... त्यानं लबाड फळविक्रेत्याला कशी अद्दल घडवली... त्याच्या पोरानं त्याला सकाळी 'बाय बाय केलं,' बायको म्हणाली, 'लवकर घरी परत या, विश्वेत्ता...' असं सगळीकडं तो झळकतं व्यक्तिमत्त्व असायचा.

अधूनमधून तो मला "तू पण काहीतरी बोल" म्हणायचा. मी त्याला माझ्या मैत्रिणींबद्दल सांगायची. त्यांच्या गिऱ्हाईकांनी पैसे द्यायला नकार दिला तेव्हा त्यांनी कसा गोंधळ माजवला होता वगैरे वगैरे सांगायची. पण तो माझं बोलणं पूर्ण होऊ न देता मध्येच अडवून म्हणत असे, "हे सगळं फार 'चीप' आहे. सुरुवातीलाच असं थेट पैसे मागण्यानं सेक्समधला इन्टरेस्टच संपेल."

त्यापाठोपाठ मला शाबासकी मिळत असे, की तू असं करत नाहीस, तू बरोबर वागतेस. ते ऐकताना मला हसू फुटायचं. मी थेट सुरुवातीलाच पैसे घेत नव्हते, त्याचं एकमात्र कारण म्हणजे मला तो पैसे देणार याची खात्री होती!

मी माझ्या मैत्रिणींबद्दल बोलू लागले की तो न चुकता म्हणायचा, "नको, त्या घाणेरड्या बायकांबद्दल नको, काहीतरी दुसरं सांग."

मला या गोष्टीचा राग यायचा.

मग मी सांगायची, "मी काल एका सारबरोबर गेले होते."

गिऱ्हाइकं तीन प्रकारची असतात. नावानं ओळखता येणारी माणसं सगळ्यांत साधी. समजा एखादा 'चेटन' असेल, तो मध्यम समजायचा, पण 'सार' म्हणजे खचितच उच्च वर्गात मोडणारा माणूस! त्यामुळं मी कधी जर एखाद्या 'सार'बद्दल बोलत असले तर त्याची प्रतिक्रिया अशी असायची, की जगात जर कुणी एकमात्र 'सार' असेल, तर तो म्हणजे दस्तुरखुद्द!

"ओह, म्हणजे तो एखादा पोलीस असणार."

"नाही, मोठा अधिकारी आहे, तुमच्यासारखाच."

हे ऐकताच त्याचा चेहरा खर्रकन उतरत असे.

एके दिवशी मी त्याला सांगितलं, "विश्वेत्ता, माझ्याकडं काल एक भारी गिऱ्हाईक आलं होतं."

"कोण होतं?"

"गोपिएत्तन."

हे नाव ऐकताच तो जरासा निवळला.

"तो खरंच चांगला होता, आणि दिसायलासुद्धा एकदम देखणा होता."

'दिसायलासुद्धा एकदम देखणा' या शब्दांनी तो चिंतातूर बनला.

"या असल्या माणसांच्या देखणेपणाचा काय उपयोग? त्यांची सगळी कमाई त्यांच्या बायकांच्या ताब्यात जाते आणि काहीही असलं तरी एक पोलीस असं कितीसं मिळवतो?"

दुसऱ्या दिवशी, मी त्याला आणखी एका 'सार'बरोबर बाहेर जाण्याचा माझा अनुभव ऐकवला. (हा 'सार' म्हणजे 'सार' प्राण्यांचा सरदार होता. मला त्याला चांगलं सडकून काढावं असं वाटलं होतं!)

"कोण 'सार'?" त्यानं प्रश्न केला, "तो 'सार' असू शकत नाही. तो बहुधा दुसरं काहीतरी काम करतो."

"नाही, तो भारी सार होता." मी ठासून सांगितलं, "मोठा अधिकारी!"

हे ऐकताच त्याचं चांगलंच बिनसलं.

मी त्याला अधिक चांगले पैसे देणाऱ्या कुणाबद्दल सांगितलं तर लगेच त्याचा सणसणीत टोला यायचा, "पैसे जास्त, राबणूकही जास्त!"

हे सगळं असं असलं तरीसुद्धा तो निरुपद्रवी होता.

ज्या माणसांची बडबड हा मोठ्या कटकटीचा विषय असतो ती माणसं बिछान्यात ठीक असतात. बडबडीमुळं त्यांच्या मनातील 'फक्त सेक्स आणि सेक्स' ही भावना दूर होते. भरपूर बडबडा, मग सेक्सचा उत्साह मावळतो.

माझ्यावर हक्क आणि अधिकार गाजवायचा प्रयत्न करणाऱ्या माणसांना मी फार काळ सहन करू शकत नाही. एके दिवशी मी त्याच्यासोबत भेट टाळली आणि त्याबरोबरच आमचे संबंध संपले.

मेंगलोरमध्ये

मला थ्रिशूरमधल्या मैत्रिणीच्या घरी फार काळ राहणं शक्य झालं नाही. त्यानंतर मी पुन्हा मेंगलोरमध्ये कामाला सुरुवात केली. तिथल्या 'कंपनी हाऊस'मध्ये देहविक्रयाच्या धंद्याला सर्वांत पोषक वातावरण आढळतं. मी प्रथम 'सुपारी'या 'कंपनी हाऊस'मध्ये काम करू लागले. त्यानंतर दहा दिवसांतच मी तिथून दुसऱ्या 'कंपनी हाऊस'मध्ये गेले.

काही काळ मी एका ब्राह्मण कुटुंबात राहत होते. त्या घरात एक बाई, तिचा मुलगा आणि सून राहत असत. तिथं मला अन्न आणि निवारा मिळत असे. मला गिऱ्हाईक मिळालं की मी त्यांना कमिशन द्यायची. मी कामासाठी बाहेरसुद्धा जायची. तिथं मी त्यांच्या घरचीच बनून राहिले होते.

त्यानंतर, 'अनिला कंपनी' मध्ये असताना मला कोयक्का नावाचा माणूस भेटला. त्यावेळी तो 'रीना कंपनी'मध्ये नियमित येत असे. (ही त्या 'कंपन्या' चालवणाऱ्या बायकांची नावे होती.) तो अधूनमधून आगच्याकडे यायचा. आमची चांगली ओळख झाल्यानंतर, त्यानं एकदा मला माझ्याबद्दल विचारलं. त्याला माझी सगळी जीवनकहाणी ऐकायची होती. कोयक्कानं आमच्याकडं नियमित यायला सुरुवात केल्यानंतर एके दिवशी रीनानं तिथं येऊन प्रचंड तमाशा केला. तिनं माझी पेटी ताब्यात घेऊन कुणालातरी देऊन टाकली. माझ्या कपड्यांसहित, माझ्याजवळ जे काही होतं, ते त्या पेटीत ठेवलेलं होतं. कोयक्काला हे समजताच, तो तिथं आला आणि त्यानं मला माझी पेटी परत मिळवून दिली.

त्यानं मी दुसरीकडं राहायला जावं असं सुचवलं आणि एक घर भाड्यानं घेऊन दिलं. मी तिथं राहू लागले आणि 'सुपारी कंपनी'मध्ये काम करू लागले. कोयक्का अधूनमधून यायचा. ते मुक्त जीवन होतं.... कसल्याही भयाविना.

'सायिप्प'ची अंगठी

मेंगलोरमध्ये हरी नावाचा दलाल 'सायिप्पनमार'साठी म्हणजे गोऱ्या लोकांसाठी बायका पुरवत असे. त्यानं कोयक्काकडून माझ्याबद्दल ऐकलं होतं... म्हणजे, तिथं एक सुंदर मुलगी आहे, तिचं अमूक... तिचं तमूक वगैरे... सगळं वर्णन अगदी भपकेदारपणे पोचलं होतं. एके दिवशी हरीनं कोयक्काला सांगितलं, की एक गोरा माणूस आला आहे, त्याला दुसरी बायको हवी आहे आणि त्याला फक्त देखण्याच मुली हव्या आहेत. त्याला मला गोऱ्या माणसाला भेटवायचं होतं. म्हणून तो मला भेटायला आला होता. मी त्या 'सायिप्प'सोबत एक रात्र घालवली. त्यानं मला तीनशे रुपये आगाऊ दिले होते. आता त्या 'सायिप्प'ला माझ्याशी लग्न करायचं होतं. त्याच्या काही अपेक्षा होत्या. तो जहाजावरून घरी येईल तेव्हा मी त्याच्यासोबत राहायचं. त्यासाठी तो मला एक घर बांधून देणार, तिथं मी आरामात राहायचं.

माझ्या यातल्या कशावरही विश्वास बसला नाही. मध्यरात्रीच्या सुमाराला त्यानं स्वत:च्या बोटातली अंगठी काढून माझ्या बोटात घातली. ती अतिशय किमती अंगठी होती. त्या अंगठीत सात मोती जडवलेले होते. पहाटेची चाहूल लागली तशी माझ्या उरात धडकी भरू लागली. आता सकाळी त्यानं मी ही अंगठी चोरली असा पवित्रा घेतला तर काय करायचं? मी या विचारानं इतकी गर्भगळीत झाले होते, की सकाळ होताच मी ती अंगठी काढून हरीकडं सोपवली आणि त्याला सांगितलं, की मी या 'सायिप्प'शी लग्न करायला तयार आहे, पण मला ही अंगठी नको. मात्र हरीनं ती अंगठी सायिप्पाला परत केलीच नाही. दुसऱ्या दिवशी ती अंगठी माझ्या बोटात नाही हे पाहताच 'सायिप्प'नं थयथयाट केला. त्यानं माझ्यावर आरोप केला, की मला ती अंगठी लाटायची होती म्हणून मी त्याच्याशी लग्नाला तयार झाले होते. मी ती अंगठी परत दिली होती हे सत्य होतं, पण मी अंगठी परत केली आहे हे त्याला पटवून देण्याचा काही मार्गच नव्हता. त्याला इतका संताप आला होता, की त्यानं मला दिवसभर वापरून घेतलं आणि पैसे न देताच तो निघून गेला.

त्यावेळपर्यंतसुद्धा मी घरी पैसे पाठवतच होते. मला सासू किंवा मुलांचं कधी दर्शनसुद्धा नव्हतं, तरी मी पैसे पाठवत होते. एकदा, मी पाठवलेले पैसे उलट परत आले. म्हणून मी माझ्या एका मैत्रिणीकरवी असं का घडलं, याची चौकशी केली. त्यातून असं समजलं, की माझ्या नवऱ्याचा धाकटा भाऊ आखाती देशात नोकरीसाठी गेला होता आणि तिथून तो घरी बक्कळ पैसे पाठवत होता. त्यामुळं त्या लोकांनी माझे पैसे स्वीकारायचे नाहीत असं ठरवलं होतं. मी पाठवलेले पैसे स्वीकारत राहिलं तर पुढं मी मुलांवर हक्क सांगीन याचं त्यांना भय वाटत होतं. मुलांच्या भल्यासाठी म्हणून असलं तरी, त्यांच्याशी असे पाश तोडणं अतिशय यातनादायी होतं, पण मुलांना चांगलं आयुष्य लाभलं होतं, याचाच मी स्वत:ला दिलासा दिला.

मी या व्यापारात आले ती मुलांच्या पालनपोषणाचा खर्च भागवण्यासाठी. इतर कामांसारखंच हे कामसुद्धा कधीकधी अत्यंत कंटाळवाणं व्हायचं. पण मी फक्त माझ्या पिल्लांसाठी दिवस ढकलत काम करत होते. आता ती जबाबदारी संपल्यानंतर माझ्या मनात इतर पर्यायांचा विचार सुरू झाला... अगदी हा व्यवसाय सोडण्याचासुद्धा!

■

---

१. *१९७४-७५ साली तत्कालीन पंतप्रधान इंदिरा गांधी यांनी जाहीर केलेली राष्ट्रीय आणीबाणी.*

२. *'सार' हा 'सर' या इंग्रजी शब्दाचा अपभ्रंश आहे. हे संबोधन वरिष्ठ अधिकाऱ्याला वापरले जाते.*

३. *सुरेश गोपी- सुप्रसिद्ध मल्याळी अभिनेता. त्यांच्या दुष्टांचा कर्दनकाळ असणाऱ्या पोलीस अधिकाऱ्याच्या भूमिका विशेष गाजल्या आहेत.*

४. *विशेषत: नायर लोकांमधील एकत्र कुटुंबाची मोठी घरे.*

५. *'संबंधम' म्हणजे पारंपरिक विवाहबंधनाचा एक प्रकार. इथं नायर स्त्री व मल्याळी ब्राह्मण यांच्यातील संबंधमचा उल्लेख आहे. हे संबंध समाजमान्य असले तरी अशा संबंधातील मुलाची मालकी आईकडं असते. पितृसत्ताक पद्धतीतल्यासारखी मुलांची जबाबदारी पित्यावर फारशी नराते.*

३

विवाह... पुन्हा एकदा

पुढं काय करावं मला काहीच कळत नव्हतं. मनात नुसता गोंधळ उडाला होता. त्याच वेळी कोयक्कानं मला लग्नाचं विचारलं. त्यानं लग्न करून, मेंगलोरच्याच दुसऱ्या भागात राहायला जायचं कबूल केलं. त्यानंच मला सांगितलं होतं, की त्याची याआधी दोन लग्नं झाली होती आणि त्या दोन्ही बायकांना मूलबाळ झालं नाही. त्यामुळं त्यानं त्या दोघींनाही काडीमोड दिला होता. त्यानं आमच्या लग्नाबद्दलही एक अट घातली. आम्हाला जर मुलं झाली नाही, तर तो या नात्यालाही पूर्णविराम देणार आणि आम्हांला मुलं झाली तरच आम्ही कायम सुखानं नांदणार होतो.

आतापर्यंत मी त्याचा जेवढा अनुभव घेतला होता त्यावरून त्याच्याविषयी वाईट मत व्हावं असं जराही काही नव्हतं. मी त्याच्या या प्रस्तावाचा स्वीकार करायचं ठरवलं आणि सगळं काही सोडून दिलं. अशा प्रकारे आम्ही मेंगलोरमध्ये एका भाड्याच्या घरात विवाहित जोडप्यासारखे एकत्र राहू लागलो.

कोयक्का बंदरावर काम करत असे. तो तेथे 'लोडर' होता. त्याला चांगला मान होता. तो चांगला मजबूत होता पण लवकरच मला कळून चुकलं की त्यानं मला सांगितलेल्या सगळ्याच गोष्टी खऱ्या नव्हत्या. त्यानं मला दोन्ही बायकांना सोडल्याचं सांगितलं होतं पण त्यानं दुसऱ्या बायकोला सोडलं नव्हतं. ती बाळंतपणासाठी गेली होती, ती मूल झाल्यावर परत आली.

कोयक्काचा आम्हाला एकाच घरात एकत्र ठेवण्याचा बेत होता. याला समाजाचीही काही हरकत नव्हती. त्याची बायको चांगली होती, ती मला 'ताथा'[१] म्हणायची. मात्र काही दिवसांनी आमच्या दोघींमध्ये कडवटपणा यायला सुरुवात झाली. मला हवा तो मान मला मिळेनासा झाला. माझ्या मनातील आत्मसन्मानाच्या कल्पनेशी ही दुय्यम स्थानाची वागणूक जुळेनाशी झाली. त्यानंतर तिचे आईवडील आमच्याकडं राहायला आले आणि त्यावेळी आमच्यातील

मतभेदांची दरी प्रचंड रुंदावली.

हराम-हरात?

दरम्यान, मला दिवस गेले. मी कोयक्काला आपण गर्भपात करूया असं सुचवलं. पण तो कबूल होईना. त्या घरात राहणं अशक्य झालं होतं. भरीस-भर त्याची बहीण आणि तिचा नवराही आमच्याकडे राहायला आले. एव्हाना त्या सर्वांना मी पूर्वी देहविक्रयाचं काम करत होते ही गोष्ट समजली होती. हे जणू सोईचंच झालं होतं. त्याच्या मेव्हण्यानं मला झोपायचं आमंत्रण द्यायला सुरुवात केली. अर्थातच, जर ही बातमी कुठं पसरली तर सगळं खापर माझ्या शिरावर येणार होतं!

अखेर, मी सहा महिन्यांची गरोदर असताना मी दुसरं भाड्याचं घर घेतलं. झीनतचा जन्म तिथंच झाला. बाळ जन्माला येइपर्यंत कोयक्का सर्व गोष्टींची जबाबदारी घेत होता, पण बाळाच्या जन्मानंतर हळूहळू त्याचा रस कमी होऊ लागला. मला वाटतं त्याच्यावर इतरांच्या सांगण्याचा प्रभाव होता. तो म्हणू लागला, की मी दुसऱ्या धर्माच्या बाईचे मूल स्वत:चे म्हणून स्वीकारू शकत नाही.

एकदा त्यानं एक विनोद पाजळला, त्यावरून मला त्याच्या मनात काय आहे त्याची झलक दिसली. त्याच्या दुसऱ्या बायकोची मुलगी- नुसरतबानू दीड वर्षांची होती. त्यावेळी झीनत फक्त तीन महिन्यांची होती. नुसरत अगदी तिच्या आईची प्रतिमा होती तर झीनत अगदी बापावर गेली होती.

कोयक्का नुसरतला त्याच्या आईला दाखवायला घेऊन निघाला होता. तेव्हा मी त्याला माझ्या मुलीलाही सोबत घेऊन जायला सांगितलं.

त्यावर तो विनोदी आविर्भावात म्हणाला, ''मी तुझ्या मुलीला रेल्वेत सोडून देईन.''

'हरात' मुलाची काळजी घ्यायची, 'हराम' मुलाची नाही! मला या दोन्ही शब्दांचे नेमके अर्थ ठाऊक नाहीत, पण त्यानं हे ज्या पद्धतीनं सांगितलं त्यामुळं माझ्या काळजात कळ उठलीच. पण मी एक गोष्ट ठरवली. ती म्हणजे माझी मुलगी ज्याला 'बाप्पा' (वडील) म्हणू शकेल असा कुणी भेटेपर्यंत तिला मुस्लिम म्हणूनच वाढवायचं.

हे मूल आपलं नाहीच असं म्हणण्यापर्यंत त्याची मजल गेल्याचं पाहिलं तेव्हा मी हे वीस महिन्यांचं विवाहबंधन मोडायचं ठरवलं. त्यानं मला काडीमोड देण्याआधी मीच त्याला काडीमोड द्यायचं ठरवलं. अखेर आम्ही एका निर्णयाप्रत आलो. तीन महिन्यांनी, मला जगायचं काहीतरी साधन सापडलं, की मी माझ्या पहिल्या जागी परत जायचं.

तीन महिन्यांनंतर, मी तिथून निघाले, तेव्हा त्यानं मला तीन वस्तू दिल्या. दूध

पाजण्याची बाटली, एक टॉवेल आणि एक नवा पोषाख. काहीही असलं तरी मी स्वाभिमान गहाण टाकायला तयार नव्हते.

पुन्हा थ्रिशूरला

कोयक्कानं या नात्यातून सुटका मिळवण्याचे अस्वस्थ प्रयत्न सुरू केले त्या दरम्यान मेंगलोरमध्ये माझा एक प्रेमी माझी काळजी घेत होता. त्याचं नाव वेलायुधन. माझ्या जीवनपटावर कोयक्काचा प्रवेश होण्याच्या बऱ्याच आधीपासून तो माझं गिऱ्हाईक होता. ते दोघंही बंदरावर काम करत असत. मी घरी परत चाललीय हे ऐकल्यानंतर, तो मला भेटायला रेल्वे स्टेशनवर आला होता. त्यानं मला सांगितलं, की तुझी इच्छा असेल तर तू इथंच मेंगलोरमध्ये राहू शकतेस. मी रेल्वेत बसले होते. वेलायुधन येतोय हे पाहताच कोयक्कानं फार मोठ्या औदार्यानं माझ्यावर मेहेरबानी करण्याच्या आविर्भावात मला सांगितलं, ''वेलायुधन आणि मी, आम्ही दोघं मिळून तुला सांभाळू. आपण एकत्र राहूया.''

त्याचा एकूण आव असा होता, की त्यानं यापूर्वी मला कधी पाहिलंच नसावं. मी संतापानं धगधगत होते. तितक्यात वेलायुधन तिथं आला. आता माझ्यापुढं स्पष्ट चित्र होतं. एका माणसाला दुसराही तिथं टपकल्याचं कळलं होतं.

कोयक्का अगदी मजबूत बांध्याचा, दणकट माणूस होता. तो नेहमी काखा फुलवून चालत असे. तो कुणालाही इजा करत नसे, पण त्याचा आव मात्र नेहमीच असा रासवट असे. त्याच्यासमोर वेलायुधन अगदीच पोरगेला वाटत होता. वेलायुधनच्या डोळ्यांत मृत्यूचं भय साकळलं होतं.

''कोयक्का... काही नाही...'' तो तोंडातल्या तोंडात पुटपुटला,

''चेची निघालीय म्हणून तिला भेटायला आलोय.''

''तुम्ही दोघांनीही येण्याची गरज नव्हती. तुम्ही त्रास घेऊ नका. मी जायचं ठरवलं आहे,'' मी झटकून म्हणाले.

वेलायुधनला मला तिथंच राहण्याचं आमंत्रण द्यायचं होतं, पण तसं कोयक्कासमोर सांगण्याची त्याच्यात हिम्मत नव्हती. त्याच्या दृष्टीनं, मी त्या दोघांसाठी तिथं राहायचं होतं. पण मी असल्या कल्पनेला कधीच मान्यता देऊ शकले नाही. त्या काळी केरळमध्येसुद्धा देहविक्रय करणाऱ्या महिलांना अशा पद्धतीनं ठेवण्याची पद्धत होती. एका माणसानं त्या बाईचा नवरा आहे म्हणून सांगायचं आणि दुसऱ्यानं भाऊ!

मी प्रत्येकाला हवीशी होते. पण त्यांची अडचण म्हणजे माझ्या पदरात मूल होतं. एकेकाळी मुलाचा सांभाळ करण्याचं कबूल करणारा कोयक्का आता त्या मुलाला अनाथाश्रमात ठेवूया असं सुचवण्याच्या बेतात होता. वेलायुधन माझ्याकडं

येताना खाद्यपदार्थ, कपडे आणायला तयार होता, पण ते माझ्यासाठी. तो माझ्या बाळासाठी काहीही आणणार नव्हता. कारण तिचा जन्म मी कोयक्कासोबत असताना झाला होता त्यामुळं ते मुस्लिम बाळ होतं. पण मुस्लिम बाळाच्या आईबरोबर संबंध ठेवण्यास काहीच हरकत दिसत नव्हती! तो अशा पूर्वग्रहांच्या चष्म्यातून माझ्याकडे बघत होता. मी त्यांना तिथून जात असल्याचं निग्रहानं सांगितलं. एक माणूस आमचं सगळं संभाषण ऐकत होता. त्यानं तिथंच संधी हेरली. तो रेल्वेत माझ्या मागावर राहिला आणि कोझिकोडे स्टेशनच्या आदल्या स्टेशनवर मला म्हणाला, "आपण इथं उतरून, लॉजवर राहूया."

मी त्याच्याशी दराचं बोलणं केलं आणि नंतरच त्याच्याबरोबर गेले.

तो म्हणाला, "मी डॉक्टर आहे."

मी म्हणाले, "मी बरेच डॉक्टर बघितलेत, बरीच मोठी माणसं पाहिली आहेत. मी काही काळ या उद्योगात होते. मला तुमच्या प्रतिष्ठेशी काही देणं-घेणं नाही, मला गरज आहे ती फक्त पैशाची."

तो बाहेरून कपडे आणि बरीच खेळणी घेऊन आला. त्यानं बऱ्याच गोष्टी आणल्या होत्या, त्यात बाळाचं अन्नसुद्धा होतं. त्यानं बाळाची काळजी घेत असल्याचं भासवण्याचा पवित्रा घेतला तर मी इथं थांबीन असं त्याला वाटत होतं. मी रात्रभर त्याच्यासोबत राहिले. पहाटे त्यानं मला तीनशे रुपये दिले. ही रक्कम त्याकाळी चांगली घसघशीत होती. त्यानं ठरल्यापेक्षा जास्त पैसे दिले!

मग मी थ्रिशूरला गेले. मी तिथं गेल्याचं समजताच वेलायुधन तिथं आला. आता कोयक्काला माझ्यात रस नसल्यामुळं त्याचा माझ्यासोबत राहण्याचा बेत होता. मी त्याच्याकरवी 'धन्या लॉज'मध्ये खोली घेतली. मला त्याला नवरा म्हणून पुढं करून, देहविक्रय करायचा होता. यामध्येही अडचणींचे डोंगर होतेच. थ्रिशूरमध्ये राहायचं तर आडदांड माणसांना तोंड द्यावं लागणार होतं. तिथल्या बऱ्याच ठिकाणी त्यांचीच हुकूमत होती. तिथं गेल्यानंतर पहिल्याच आठवड्यात माझी तशाच एका माणसाशी चकमक झाली. त्याचं नाव होतं विल्सन. तो KSRTC बस स्टँडजवळच्या पॉप्युलर ऑटोमोबाईल्सजवळ घिरट्या घालत असे. त्याचा छंद म्हणजे या धंद्यात नव्यानं आलेल्या मुली हेरायच्या आणि फुकटात सेक्सची मजा लुटायची! एखादी मुलगी त्याच्या मनात भरली तर, काहीही करून तिला पटवण्याची त्याला खात्री असे. मी थ्रिशूरमध्ये आले त्याच आठवड्यातली गोष्ट आहे. मी 'धन्या लॉज' वर आराम करत होते. अचानक आम्हाला पोलिसांची धाड पडल्याचा इशारा मिळाला. मी पळत गच्चीवर जाऊन लपले. पोलिसांनी सगळ्या खोल्यांची झडती घेतली आणि काहीच हाती न लागल्यानं ते निघून गेले. त्यानंतर मी गच्चीवरून खाली आले, तेव्हा हा प्राणी समोर उभा!

"ए बाई, कोण आहेस तू?" त्यानं विचारलं.

मीही त्याच स्वरात उलट टोला दिला, "ए बाबा, कोण आहेस तू?"

"मी 'वेकिली' आहे." तो म्हणाला.

तो त्या भागात वेकिली विल्सन म्हणून कुप्रसिद्ध होता- जंगली विल्सन! तो कुप्रसिद्ध गुंड माझ्यासमोर साक्षात उभा असलेला पाहून मी आतून चांगलीच घाबरले होते, पण मी अशी हार मानायलाही तयार नव्हते.

"वेकिली? हे कसलं नाव?"

शब्दानं शब्द वाढत भांडण चांगलंच पेटलं. मग लॉजचा व्यवस्थापक मध्ये पडला. त्यानं मी या माणसाशी गोडीत राहावं यासाठी गयावया करायला सुरुवात केली. त्यामुळे मी या माणसासोबत झोपले, ते सुद्धा फुकट... मनुक्कानंतर असं प्रथमच घडलं होतं. मनुक्काच्या बाबतीत सांगायचं तर, त्या संबंधात प्रेम होतं. इथं मात्र मी प्रथमच एका गुंडाला फुकटात खूष करत होते. त्यानंतर आमची मैत्री झाली. आता तो गावात पहारेकऱ्याचं काम करतो. मी त्याला अधूनमधून भेटते. मात्र वेलायुधन व विल्सन प्रतिस्पर्धी बनले. माझी मुलगी वेलायुधनला 'मामा' म्हणायची आणि विल्सनला 'पापा'. अखेर मला वेलायुधनशी संबंध संपवावे लागले. त्यानंतरही संकटांची मालिका थांबली नाहीच. विल्सनला जबाबदारीची अजिबात जाणीव नव्हती. त्याची मुलाचा सांभाळ करण्याची क्षमता नव्हती.

त्या काळी माझ्या दोन मैत्रिणी होत्या- शीला व विजया. शीला मला म्हणाली, की माझी एक मैत्रीण तुझ्या बाळाला सांभाळेल, आणि त्यासाठी अव्वाच्या सव्वा पैसेही मोजावे लागणार नाहीत. मग मी माझ्या मुलीला त्या बाईकडे सोपवून कामावर जाऊ लागले. पण दोन-तीन दिवस होतात, तितक्यात मला समजलं, की त्या बाईला मुलीला सांभाळण्याचे दिवसाला शंभर रुपये द्यावे लागणार आहेत. अशा पद्धतीनं ती आणखीही बरीच मुलं सांभाळत होती. पण इतके पैसे देणं मला शक्यच नव्हतं. मी चार-पाच दिवस मुलीला बरोबर घेऊनच गेले. त्याकाळी मी फक्त रात्री दहानंतरच गिऱ्हाईकांकडं जात असे. दिवसरात्र आम्ही गावातच असायचो. एखाद्या दिवशी KSRTC बस स्टँडवर तर दुसऱ्या दिवशी रेल्वे स्टेशनवर. मी देहविक्रय करण्याच्या उद्योगात बराच काळ काढला होता. पण आता वातावरण असं होतं, की इथून पुढं सगळं अशक्यच वाटत होतं. एव्हाना माझी मुलगी वर्षाची झाली होती.

अखेरपर्यंत टिकलेलं लग्न

एके दिवशी शीला आणि मी KSRTC बस स्टँड परिसरात भटकत असताना, तिथं एक देखणा माणूस उतरलेला पाहिला. त्याच्या हातात तामिळी दिसणारी

सुटकेस होती. तो बाई शोधतोय हे आम्ही बरोबर ओळखलं होतं.

शीला मला म्हणाली, "तो तुलाच निवडणार."

मी म्हणाले, "नाही, तो तुलाच निवडेल."

त्यानं माझी निवड केली. त्यानं एका उत्तम लॉजमध्ये खोली घेतली. त्यानं मला ताबडतोब २०० रुपये दिले, माझ्या आयुष्याबद्दल सर्व चौकशी केली, मला 'झीनत' या मुस्लिम नावाची मुलगी कशी? वगैरे वगैरे सगळे तपशील विचारले.

सगळं ऐकून झाल्यानंतर त्यानं विचारलं, "तू माझ्याबरोबर राहशील का?"

माझ्या आधीच्या अनुभवाच्या पार्श्वभूमीवर, मी सावध होते. पण तो बरंच काय काय बोलला... आपण नवरा-बायको म्हणून राहूया, मी झीनतला माझ्या स्वतःच्या मुलीसारखं मानून वाढवीन... तो तामिळनाडूतील नागरकॉईल येथे राहणारा व्यावसायिक होता. मी देहविक्रयाचा धंदा करत होते ही गोष्ट आपल्या नातेवाईकांना न सांगण्याचं त्यानं वचन दिलं. त्यानं यापूर्वी एक लग्न केलं होतं पण त्याची बायको कुणा प्रियकराबरोबर पळून गेली होती. त्याला त्या बायकोपासून झालेली दोन मुलं होती. तो त्यांचं पालनपोषण करत होता. त्यानं सांगितलं, की बायको पळून गेल्यानंतर आता मला लग्न-बंधनाची इच्छा नाही. त्यावेळपर्यंत माझीही मनोवस्था तशीच झालेली होती. अशा प्रकारच्या गप्पा मारणारी बरीच गिऱ्हाईकं भेटतात. ही त्यावेळपुरती जास्तीत जास्त मजा लुटण्याची युक्ती असते. पण लवकरच ते स्वतःचे शब्द विसरूनही जातात. पण हा माणूस निराळा होता. तो पुन्हापुन्हा येत राहिला, अनेकदा माझं मन वळवण्याचा प्रयत्न करत राहिला.

अखेर, एका पंधरा ऑगस्टला- अशा सार्वजनिक सुट्ट्यांच्या दिवशी आम्ही बाहेर जाऊ शकत नाही कारण आडदांड गुंडांची गर्दी असते- शीला म्हणाली, की आपण माझ्या घरी जाऊ या. मी अशा प्रकारे देहविक्रय करणाऱ्या महिलेच्या घरी राहायला जाण्याचा हा पहिलाच प्रसंग होता. आम्ही तिच्या घरी गेलो तेव्हा तिथं परिस्थिती अगदी करुण होती. तिच्याकडं गिऱ्हाईक होतं; पण तिला त्याच्या धाकट्या भावासोबतही जावं लागत असे. तिनं या दोन भावांच्या अडकित्त्यातून सुटका करून घेण्यासाठी मला तिथं नेलं होतं. मी अशा माणसाला सहन करायला तयार नव्हते, त्यामुळं मी तत्क्षणी तिथून बाहेर पडले.

त्यानंतर मी माझ्या छोटीला सांभाळायला ठेवू लागले. तीन दिवस उलटले. माझ्यापाशी एक दीडकीही नव्हती. त्या दिवशी तो तामिळी माणूस पुन्हा आला. त्यानं पुन्हा लग्नाचा विषय काढला.

"माझी अवस्था ही अशी आहे," मी त्याला म्हणाले, "तुम्ही माझ्याशी लग्न करायची गरज नाही पण, माझ्यावर फक्त एक कृपा करा. मी मुलीला एके ठिकाणी सांभाळायला ठेवलं आहे, पण आत्ता माझी अवस्था अशी आहे, की सांभाळणाऱ्या

बाईचे पैसे चुकते करून मुलीला परत आणायला माझ्यापाशी पैसे नाहीत. मला तीनशे रुपये गोळा करावे लागणार आहेत.''

''मुलीला घेऊन ये,'' तो म्हणाला, ''कितीही पैसे द्यायला लागले तरी चालेल.''

मग मी स्वत:लाच प्रश्न केला, की असलं खडतर आयुष्य कंठत राहण्यापेक्षा आणखी एकदा 'प्रयोग' करून पाहणंच शहाणपणाचं नाही का?

आणि म्हणून मी त्याच्यासोबत लॉजवर राहू लागले.

त्यानं मला त्याचं नाव जयराज असल्याचं सांगितलं होतं आणि मी त्याला माझं नाव नलिनी असल्याचं सांगितलं होतं. पण आता त्यानं मला खरं काय ते सांगितलं. त्याचं खरं नाव होतं शाहूल हमीद. मी माझं नाव बदलून जमीला केलं. त्याचा आग्रह होता, की तू धर्म बदलला नाहीस तरी चालेल, पण माझ्या नातेवाईकांना माझी बायको मुस्लिम आहे ही गोष्ट पटली पाहिजे.

आम्ही एकत्र राहू लागल्यानंतर तो व झीनू (माझी छोटी) यांच्यामध्ये खूप जवळीक निर्माण झाली. त्या काळात मी देहविक्रय बंद केला. त्याला दुसरी बायको होती. तिला याबद्दल समजलं. मला मात्र तिच्याबद्दल काहीच माहिती नव्हती. कुठल्याही सर्वसामान्य गिऱ्हाईकाप्रमाणंच त्यानं मला सांगितलं होतं, की माझी बायको फार वाईट बाई होती आणि ती तिच्या कुणा प्रियकरासोबत पळून गेली आहे. मी त्याच्यासोबत असण्यानं त्याच्या बायकोला काहीही फरक पडत नव्हता. आमच्याकडं भरपूर पैसे आहेत अशा समजुतीनं ती आमच्याकडं माणसं पाठवत असायची. मला वाटलं की ती त्याच्या पैशावर डोळा ठेवून त्याच्यावर प्रेम करत असेल, तर तिच्याकडं अजिबात लक्ष द्यायची गरज नाही.

मी शाहुल्क्काला म्हणाले, ''आपण आता लॉजवर राहायला नको, आपण एखादं भाड्यानं घर घेऊया.''

तेव्हापासून जवळपास बारा वर्षे मला माझ्या मुलीला वाढवण्यासाठी झगडावं लागलं नाही. आम्ही दोघं नवरा-बायकोसारखं राहिलो. माझ्या मुलीला शाळेत पाठवणं अशक्य झालं तेव्हा त्यानं पुन्हा कुटुंबाशी संबंध जोडले. माझी छोटी त्याच्या सहवासात वाढली. तिचा त्याच्यावर खूप जीव होता. ती त्याला 'पापा' म्हणू लागली.

दहा माणसांच्या कुटुंबात शाहुल्क्का सगळ्यांत मोठा होता. त्याला घरात सर्वजण मान देत असत, त्यामुळं मलासुद्धा घरात खूपच मान मिळू लागला. घरातल्यांना माझ्याबद्दल काहीही सांगितलं नव्हतं. मी विधवा आहे, एवढंच त्यांना माहीत होतं. सगळे नातेवाईक माझा खूप आदर करत असत. घरात लग्न किंवा

धार्मिक कार्यक्रम असे कुठले खास समारंभ असले, की मी त्यात अग्रस्थानी असायची. शाहुल्क्काचा प्लॅस्टिकच्या नावाच्या पाट्या व बिल्ले तयार करण्याचा व्यवसाय होता. आम्ही एका जागी स्थिरावू शकलो नाही, सतत आमच्या पायांना भिंगरी असायची. जेव्हा मोठ्या ऑर्डर्स मिळायच्या तेव्हा आम्ही कुठं कुठं सब-कॉन्ट्रॅक्ट देऊन काम करून घ्यायचो आणि ठरल्याप्रमाणे ऑर्डर्स पुऱ्या करायचो.

माझ्या मुलीचं शिक्षण

आमच्या अशा सततच्या भ्रमंतीमुळं माझ्या मुलीच्या शिक्षणावर दुष्परिणाम घडू लागला. मला तिला नियमित शाळेत पाठवणं शक्यच होत नव्हतं. पण मी तिला अभ्यासाचे धडे द्यायला खाजगी शिक्षक ठेवायची... आणि जगण्याचे धडे... ते मी स्वत:च तिला दिले!

ती एकुलती एक मुलगी असली तरी तिनं कधी फारसा वांडपणा केला नाही. कुठल्याही बाबतीत तिचा फक्त एकच मंत्र असायचा,

"मी एकुलती एक आहे ना?"

"मी एकुलती एक मुलगी आहे ना, मग मी स्वयंपाकघरात काम कशाला करू?"

"मी एकुलती एक मुलगी आहे ना, मग मी ताटं का विसळू?" असा तिचा पवित्रा असायचा.

आपण एकुलतं एक अपत्य आहोत अशी तिची खात्री होतीच, शिवाय आपण 'ममा आणि पापांची लाडकी चिमुकली' आहोत असाही तिचा दावा असे. ही तिची एखाद्या कामातून सुटका करून घेण्याची युक्ती होती. ती अभ्यासात मात्र अजिबात चुकारपणा करत नसे. ती 'एकुलती एक मुलगी'चं निमित्त पुढं करून एखाद्या गोष्टीतून सटकायचा प्रयत्न करायची तेव्हा कधीकधी मी तिला धपाटे घालायची. त्याचा साधारणपणे सहा महिने 'परिणाम' टिकत असे. काही काळ ती 'शहाणी मुलगी' असण्याबाबत दक्ष असायची.

लोक तिच्याशी घाणेरड्या भाषेत बोलले तर तिला त्याचा अर्थ कळत नसे. एके दिवशी कुणीतरी तिच्याशी अर्वाच्य भाषेत बोललं, तेव्हा तिनं मला येऊन सांगितलं, "उम्मा (आई) तो माणूस मला 'मायिले' म्हणाला."

मी तिला म्हणाले, "जाऊ दे सोन्या. 'मायिल'[२] म्हटलं म्हणून काय झालं? मायिल म्हणजे मोर... छान छान मोर!"

"नाही," ती ठाम होती, "नाही, उम्मा, हा छान छान मायिल नाही.. हा घाणेरडा मायिल आहे."

तिच्यात काही गुणवैशिष्ट्यं उपजतच होती. तिच्या तोंडात कधीही घाणेरडी

भाषा येत नसे. तिच्यातला आणखी एक गुण म्हणजे, तिनं शेजारीपाजारी एखादा खाऊ खाल्ला आणि तिला तो आवडला तरी ती कधीही आणखी मागत नसे. ती फक्त एवढंच विचारायची, की हा पदार्थ घरी केला आहे की बाहेरून विकत आणला आहे? जर तो पदार्थ घरी केला आहे असं उत्तर मिळालं तर ती त्या पदार्थाची कृती विचारून घेत असे, म्हणजे ममा तिला हा पदार्थ करून खाऊ घालू शकते! ती पापांबरोबर खरेदीला गेली तरीसुद्धा "अमूक एक गोष्ट घेऊया" असं थेट कधीच मागत नसे. तिथं अमकं-तमकं दुकान आहे, तिथं इतक्या छान बांगड्या आहेत किंवा त्या दुकानात छान-छान पोशाख मिळतात एवढंच सांगत असे. ही तिची पद्धत होती- फक्त एवढंच सांगायचं, की अमक्या-तमक्या दुकानात मला हवी असणारी गोष्ट उपलब्ध आहे! पापा जवळ असले तर ती माझ्याकडं मागतही नसे.

ती बारा वर्षे आठ महिन्यांची झाली तेव्हा तिची मासिक पाळी सुरू झाली. शाहुल्क्का सद्‌गृहस्थ होता. तो तिला स्वत:च्या पोटच्या मुलीप्रमाणे मानत होता. पण माझ्या मनात निराळ्याच भयाचं तांडव सुरू होतं... सावत्र बापांकडून लैंगिक छळवणुकीला तोंड द्याव्या लागणाऱ्या उमलत्या मुलींबद्दल ऐकलेल्या अनेक कहाण्या मनात फेर धरून नाचत होत्या. ही आपल्या पोटची पोर नाही असं एखाद्या क्षणी त्याच्या मनात आलं तर....?

शाहुल्क्काचं आणखी एका बाईशी लफडं सुरू झालं तेव्हा त्यानं घरी येणं टाळायला सुरुवात केली. झीनू सदैव त्याची चौकशी करत असायची.

मग मी तिला सांगितलं, की "तुला आता काही गोष्टी सांगायलाच हव्यात... आता आजपासून तू कधीही पापांच्या मांडीवर बसायचं नाहीस."

शाहुल्क्का तुझा बाप नाही ही गोष्ट मी तिला प्रथमच सांगितली. हे ऐकताच तिच्या डोळ्यांतून अश्रुधारा वाहू लागल्या.

हुंदक्यांनी गदगदणारी झीनू म्हणाली होती, "तू त्यांच्याशी भांडली आहेस म्हणून असं सांगतीयस!"

मग मी तिला हळूहळू सगळ्या गोष्टी पटवून दिल्या. याला बराच वेळ लागला.

मी तिच्यावर आणखी एक गोष्ट सारखी बिंबवत राहिले. ती म्हणजे - कुणावर प्रेम करणं निराळं आणि केवळ त्याला खूष करण्यासाठी व त्याच्या इच्छा आकांक्षा अधिक महत्त्वाच्या आहेत असं खरंच समजून त्याच्या स्वाधीन होणं निराळं. आपण अशा प्रकारे स्वाधीन होण्यामुळं पदरी अपयश येऊ शकतं, धोक्याचे काटे रक्तबंबाळ करू शकतात.

ती साप्ताहिकांमधल्या धारावाही प्रणयरम्य कादंबऱ्या वाचायची, तेव्हा मी तिला सांगत असायची, की "सोन्या, तू या कादंबरीत वाचतीयस ते प्रेम नाही, खरं

तर, प्रेम कसं करू नये ते त्यातून कळतं.''

ती माझ्यापाशी अगदी मोकळी व्हायची.

''ममा, एकतर्फी प्रेम-प्रकरण आहे बघ,'' ती सांगायची. कुणीतरी मुलगा तिच्या प्रेमात पडलेला होता. तिला प्रेमपत्र यायचं तेव्हा आम्ही दोघी मिळून ते वाचायचो.

तिला तामिळ, मल्याळी, हिंदी या भाषा येतात, थोडंफार इंग्रजी आणि दिवाही भाषा येते. तिचं चाकोरीबद्ध शिक्षण फारसं झालेलं नसलं तरी त्यामुळं फारशी गंभीर उणीव राहिलेली नाही.

उटीमधील व्यापार

मी १९८९ साली पहिल्यांदा उटीला गेले. प्लॅस्टिकच्या नावाच्या पाट्या तयार करण्याचं काम कुठल्याही गावात मिळत असे, त्यामुळं आमची गावोगाव भ्रमंती सुरू होती. असेच आम्ही होसूरहून उटीला आलो.

आमच्या कामासाठी लागणारं साहित्य कोईमतूरहून आणावं लागत असे. आम्हाला मोठ्या पाट्या बनवण्याची मोठमोठी कामं मिळाली तेव्हा आम्ही सुटकेस उचलून या गावाहून त्या गावाला जाणं बंद करून, एका लॉजवर दिवसाला ठराविक भाडं भरून राहू लागलो. लॉजच्या मालकानंही आम्हाला चांगल्या घरातली माणसं समजून वागवलं, आम्हाला थोडीफार आर्थिक मदतही केली. या सगळ्यामुळं अवघ्या तीन वर्षांत आमचा उद्योग आठ कामगार ठेवण्याइतका विस्तारला.

मी एकटी नावाच्या पाट्या तयार करण्याचं सगळं काम करायची. पाटीवर तयार अक्षरं चिकटवायची, त्यासाठी विशिष्ट डिंक वापरला जातो, त्यामध्ये एक प्रकारचं आम्ल असतं. मला एखाद्या घराचं नाव किंवा वकील, डॉक्टर यांचं नाव स्पष्ट अक्षरांत लिहून दिलं की मी पाटी बनवायची. ती पाटी सुयोग्य मापात, रेखीवपणे कापण्याचं कामही मला यायचं. ते काम काहीसं काच कापण्यासारखंच असायचं. त्याजोडीनं आम्ही दलालामार्फत प्लॅस्टिकची फुलं, बांगड्या, केसांना लावण्याचे चाप या गोष्टीही विकायचो.

तीन वर्षांत आम्ही एक लाखांवर कमाई केली. त्यातला बहुतांश हिस्सा शाहुल्काच्या दुसऱ्या बाईशी असणाऱ्या लफड्यावर उधळला गेला, तर गोव्याहून प्लॅस्टिक घेऊन येणारा ट्रक दरड कोसळल्यानं दरीत पडल्यामुळं आणखी दीड लाखांचं नुकसान झालं. या सगळ्यामुळं आम्हाला उटीतलं दुकान बंद करावं लागलं.

दरम्यान, लॉजच्या मालकाला आमच्याबद्दल खरी माहिती कळली होती. आम्ही आंतरजातीय अनैतिक संबंध ठेवून आहोत ही गोष्ट कळलेल्या त्या माणसाला

माझ्याविषयी आकर्षण होतं. यातील विचित्र बाब म्हणजे त्याच्या मोठ्या मुलाची याला मान्यता होती! त्या लॉजच्या मालकाला तीन मुलगे होते. आमच्यासोबत माझी मुलगी झीनूही होती, ती मुलं झीनूला बहीण मानत असत. लॉज मालकाचा मोठा मुलगा बावीस वर्षांचा होता.

एके दिवशी लॉज मालक त्याच्या मोठ्या मुलाला माझ्यासमोरच विनोद करतोय अशा थाटात म्हणाला, "ए पोरा, तुला बहीण पाहिजे का? मग आपण एक काम करूया, मी या बाईशी लग्न करतो."

ते मुस्लिम होते, पण मुलगा वडिलांना 'अप्पा' म्हणत असे.

"अप्पा," मुलगा म्हणाला, "तुम्ही त्यांच्याशी लग्न कराच म्हणजे आम्हाला बहीण मिळेल."

"बहीण मिळून काय उपयोग? तुमची आई येऊन मला बदडेल त्याचं काय?"

त्या मुलांची आई पहिल्यापासूनच भांडकुदळ म्हणून प्रसिद्ध होती. ती तिथल्या एका कोट्यधीशाची नात होती. हा लॉज मालकही पूर्वी चांगला गडगंज होता, पण आज त्याच्या वैभवाला उतरती कळा होती. त्यामुळं त्याची बायको त्याचा अतिशय तिरस्कार करत असे.

त्या मुलानं मात्र हे बोलणं गांभीर्यानं घेतलं. त्या मुलाला कधी पोटभर प्रेम मिळालंच नव्हतं. माझं झीनू, शाहुल्क्का व त्याच्या दोन भावांशी प्रेमळ वागणं पाहून त्यानं मनात माझी 'आदर्श माता' अशी प्रतिमा रंगवली होती. त्यानं त्याच्या आईच्या भावाला सांगितलं, की त्याचे वडील माझ्याशी लग्न करायचा बेत करत आहेत.

त्याला तो गमतीनं म्हणतोय असं वाटलं, त्यामुळं त्यानं ते हसण्यावारी नेलं.

"नाही, मामा," त्यानं ठाम सांगितलं, "अप्पा त्यांच्याशी लग्न करणार आहेत. त्यांनीच मला असं सांगितलं."

"तुला हे आवडेल?"

"हो."

त्यानं मला बोलावलं.

"हा पोरगा म्हणतोय तसं त्याचे वडील तुमच्याशी लग्न करणार आहेत?"

"मजेनं म्हणतोय, सार."

त्यावर तो मुलगा म्हणाला, "नाही, मजेनं नाही. अप्पा विचारत असतात, तुला कोण आवडतं... तुझी आई का झीनूची आई?"

मनातून मला आई म्हणून स्वीकारणाऱ्या त्या पोराचा चेहरा आठवला की आजही माझ्या काळजात कळ उठते. त्यांच्यापाशी जीवनातली सर्व सुखं होती. त्यांचं स्वतःचं लॉज होतं, दारात गाडी होती, इमारती भाड्यानं दिलेल्या होत्या,

तरीसुद्धा ते पोर प्रेमाच्या उबेसाठी आसुसलेलं होतं. त्यांच्या घरी काही खास पदार्थ बनवला, की तो कुठल्यातरी मित्रासाठी नेतोय असं सांगून, आमच्यासाठी घेऊन येत असे.

आम्ही दुसऱ्या मजल्यावर राहायचो. संपूर्ण तीन वर्षांत कधी जिना उतरून खाली जावं असंसुद्धा माझ्या मनात आलं नाही. जर कधी बाहेर जावं लागलंच तर मी जवळच्या बस स्टँडवर जायची आणि तिथून कोईमतूरला. बाकी कुठंही प्रवास वगैरे कधीही घडला नाही. जीवनात बाकीही कुठला सुखद शिडकावा नव्हताच. शाहुल्क्काचं लफडं आणि दरड कोसळणं या दोन्ही गोष्टींनी जीवनातल्या या अध्यायाची समाप्ती केली.

वीरप्पनचा सिंह

१९९२ साली, आम्ही उटी सोडून पुन्हा आमच्या पूर्वीच्या ठिकाणी परत आलो. शाहुल्क्कानं प्लॅस्टिकच्या पाट्या बनवण्याचा उद्योग पुन्हा सुरू केला. माझ्या हातात काही काळ चांगला पैसा खेळत होता, आणि आता अचानक कडकी निर्माण झाल्यामुळं मला नैराश्य आलं होतं. आम्ही त्यावेळी बीमाप्पल्लीला राहत होतो. बीमाप्पल्ली म्हणजे कापड-व्यापाराचं केंद्र. मी तिथं नवा उद्योग सुरू केला. पैसे देऊन कापड विकत घ्यायचं आणि जवळपास ते कापड विकायचं. मी कापडविक्रीसाठी दोन गुलीसुद्धा नेमल्या होत्या. या उद्योगात दिवसाकाठी हजार-दीड हजार रुपये सुटायचे. पण हे केवळ वर्षभरच चाललं. १९९३ च्या मध्यापर्यंत मी अगदी सढळहस्ते खर्च करत, गृहिणी व व्यापारी अशा दोन्ही भूमिकांत तोऱ्यात जगले.

आमची घरमालकीण अगदी खाष्ट प्रकारातली म्हणून सुपरिचित होती. ती व्याजानं पैसेही देत असे. त्यामुळंच तिला कडक-कठोरपणेच वागावं लागत असे. आमचं घर गावात होतं. आजूबाजूला सगळीकडं दुकानं होती. मी तिच्याबरोबर बाहेर जायची तेव्हा लोक चिडवायचे, "हे बघा, वीरप्पन आणि त्याच्या जंगलातला सिंह शिकारीला निघालेत!"

त्यानंतर मी प्रचंड घसरणीला तोंड दिलं. १९९४ साली दिवस फिरले. मी अकस्मात आजारी पडले. तो काळ आजही माझ्या मनात रुतून आहे... उंच पहाडावरून कडेलोट व्हावा किंवा फुलपंखी स्वप्नातून कुणीतरी धस्सकन जागं करावं तसं झालं. आयुष्यातल्या चढतीइतकीच ही घसरणही नाट्यपूर्ण होती.

मुलीसोबत रस्त्यावर

माझ्या आजारपणानं पुन्हा एकदा माझं आयुष्य ढवळून निघालं. आयुष्याच्या

त्या टप्प्यावर जे बदल घडले ते पूर्णतः अनपेक्षित होते. माझी पिण्याची सवय- पाणी न घालता जळजळीत दारू 'नीट' रिचवायची- फार पूर्वीपासूनची होती, त्यातच वेळीअवेळी खाण्याची सवय, सगळी वणवण भटकंती... या सगळ्याचा दुष्परिणाम घडला. माझ्या यकृताला सूज आली. त्या जोडीनं गाठही होतीच. माझा उजवा पाय भप्प सुजला आणि पायाला जखम होऊन वेदना अतितीव्र झाल्या. मी अक्षरशः बिछान्याला खिळले. मला प्रत्येक गोष्टीत दुसऱ्याची मदत घ्यावी लागत होती. त्याचवेळी शाहुल्क्का माझ्यापासून दूर जाऊ लागला. तो अगदी क्वचित घरी फिरकायचा. त्याची नवी लफडी त्या काळात आणखी भराला आली. तो कधीतरीच यायचा, पण आला की हटकून भांडण काढायचा.

आपल्या या बारा वर्षांच्या 'विवाहबंधना'ची आता अखेर आली आहे, ही गोष्ट मी ओळखली. त्यानं माझ्याशी लग्न केलं होतं ते केवळ त्याला सोडून गेलेल्या त्याच्या पहिल्या बायकोचा बदला घेण्यासाठी. काहीही असलं तरी, मीसुद्धा अगदी ठाम राहिले. त्यानं मला पूर्णपणे सोडण्याचा निर्णय घेण्याआधी मीच त्याला सोडायचं ठरवलं आणि त्याच्या मोठ्या भावाला सांगून मी तिथून निघाले. त्यानं मला थांबवण्याचा प्रयत्न केला, पण मी माझ्या निर्णयावर ठाम राहिले.

मी हा निर्णय इतक्या तडकाफडकी घेण्याला आणखी एक कारण होतं. आमच्या घरातले मतभेद आता वरचेवर भांडणांत रूपांतरित होत होते. एकदा तर भांडण इतकं पेटलं, की शेजारी धावत आले. त्यावर त्यानं शेजाऱ्यांना सांगितलं, की हिचा रोज तिच्याबरोबर झोपलंच पाहिजे असा आग्रह असतो आणि मी त्याला नकार दिल्यामुळं भांडण सुरू झालं. तो इतकं धडधडीत खोटं का बोलला असेल हे मला आजही समजू शकलेलं नाही. कदाचित ही कुठल्याही परिस्थितीत जिंकायचंच असा अट्टाहास असणाऱ्या माणसाची नीच चतुराई असू शकेल. त्यानं ही मजल गाठण्याचं धारिष्ट्य दाखवलं असल्यामुळं मीसुद्धा आता आणखी नमतं घ्यायचं नाही असा निश्चय केला. मी जाहीर केलं, की इथून पुढं कधीही मी या माणसाबरोबर झोपणार नाही.

दरम्यानच्या काळात माझ्याजवळचे सगळे पैसे वैद्यकीय उपचारांत संपले. माझ्या पायाच्या जखमेची भयानक अवस्था होती. त्यातून सतत रक्तस्राव होत असे. अशा वेळी मी तेरा वर्षांच्या झीनतला घेऊन पुन्हा एकदा रस्त्यावर आले होते. आता कुठं जायचं? समोर मोठं प्रश्नचिन्ह होतं. माझं शरीर मला देहविक्रय करण्यास साथ देत नव्हतं. मग काय करायचं?

♦

अशा परिस्थितीत मी आटिंगरामधल्या मशिदीत राहायला गेले. तो भाग उपद्रव

होणारा होता. पुरुष रात्रीच्या वेळी बायकांच्या शोधात मशिदीत येत असत. तिथं आसऱ्याला येणाऱ्या गरीब बायकांना प्रेमाच्या जाळ्यात अडकवलं जातं, नाहीतर पळवून नेलं जातं. ही मशीद इतर समाजाच्या लोकांची दाटीवाटी असणाऱ्या भागात आहे. मी माझ्या मुलीच्या सुरक्षेच्या दृष्टीनं तिथल्या काही जणींशी मैत्री केली. आम्ही रात्री तिच्यासाठी चटई अंथरायचो. त्यावर ती झोपली, की चारी बाजूंनी आम्ही तिच्याभोवती कडं करून पसरायचो. त्या तिघीजणी 'नाडार' स्त्रिया होत्या. ही सुरक्षा व्यवस्था भेदायची तर उपद्रवी प्राण्यांना आधी आम्हाला पार करावं लागेल अशी आम्ही रचना करायचो. तिथं काही लोक कोवळ्या मुलींचा व्यापार करत असत. तसंच, बरेचजण त्यांना वापरत असत. काहीजण प्रेम जुळवून मग विश्वासघात करत असत, काहीजण दारू पिऊन झिंगून आम्हाला ताप देत असत. तो माझ्या आयुष्यातला अतिशय भयानक कालखंड होता.

मशिदीलगत काही खोल्या बांधलेल्या होत्या. त्यांचा वापर स्वयंपाकघर म्हणून व विश्रांतीसाठी केला जात असे. तिथं रात्री झोपायला जागा नसायची. प्रत्येक खोलीत पाच-सहा कुटुंब दाटीवाटीनं राहत असत. तिथं चूल, भांडीकुंडी, इतर साहित्य अशा सगळ्या पसाऱ्यात पडावं लागत असे.

त्या काळी मी मुलीला कसं वाढवलं याचा आज विचारसुद्धा करवत नाही. अगदी आंघोळीला जातानासुद्धा मला तिला सोबत न्यावं लागत असे. मला संडासला जायचं असलं तरी तिला कुणाकडं तरी सोपवून जावं लागत असे.

तिथं बऱ्याच मनोरुग्णांना ठेवलं जात असे. माझ्यासारखे लोक त्यांना आंघोळ घालायला मदत करणं व भीक मागणं यांवर उपजीविका करत असत. माझ्या पायाच्या जखमेत संसर्ग झाला. माझ्या यकृतातील गाठ ही समस्या अजूनही होतीच, पण ती दृष्य नव्हती. मी चांगली दिसणारी बाई असल्यामुळं मला कुणी भीक देत नसे. भीक मिळवण्यासाठी सहानुभूती निर्माण करावी लागते आणि त्यासाठी उच्च दर्जाची अभिनयकला आवश्यक असते. मात्र मेजवानीच्या वेळी आम्हाला भात मिळत असे.

या काळात शाहुल्क्का तिथं दोनदा आला. दोन्ही खेपेला त्यानं मला दोन-दोनशे रुपये दिले. तिसऱ्या खेपेला, तो एका मित्राला घेऊन आला. त्यानं झीनूसाठी पैंजण घेऊन दिले. मी प्रदर्शन असणाऱ्या परिसरातील एका दुकानात उभी होते. तिथं अकबर नावाचा मुलगा भेटला. मी इस्लाम धर्म स्वीकारल्यामुळं त्याला माझ्याविषयी अतिशय आदर होता.

त्यानं शाहुल्क्काला विचारलं, की काकी इथं का राहत आहेत?

त्यावर क्षणाचाही विचार न करता माझ्यासमोरच शाहुल्क्का उत्तरला, "तिच्या डोक्यावर परिणाम झाला आहे."

त्यानं माझ्यासमोरच... त्याच्यासोबत आख्खी बारा वर्षे राहिलेल्या माझ्याबद्दल असे उद्‌गार काढले! मी त्याच क्षणी ठरवलं, की आता हा माणूस पुन्हा आपल्याला कधीही भेटायला येता कामा नये. कल्पना करा... माझ्या डोक्यावर परिणाम झाला आहे असं भासवायचं... आणि वर आणखी माझा तारणहार असल्याचा आव आणायचा... किती दुष्टपणा आहे हा! आता आमचं दारिद्र्य पराकोटीला पोचलं होतं. मशिदीतलं जीवन अत्यंत कष्टी बनलं होतं. सगळंच असह्य होण्यास आणखीही काही गोष्टींची भर पडली. जे लोक सारखेसारखे समोर दिसतात आणि जे लोक दात्यांची इच्छापूर्ती करत नाहीत, त्यांना भीक मिळत नाही.

तिथं एक माहूत हत्ती घेऊन यायचा. तो उत्तम हस्तसामुद्रिक होता. तो लोकांचे हात पाहून भविष्य वर्तवायचा आणि त्यानं सांगितलेलं सगळं खरं व्हायचं. त्यानं मला सांगितलं, की तू ही जागा पंधरा दिवसांत सोड, नाहीतर तुला भयानक संकटांना सामोरं जावं लागेल. बऱ्याच जणांनी मला सांगितलं, की तू इथून जावंस हे बरं! त्या माणसाची भाकितं कधीच चुकली नव्हती, त्यामुळं मला भीक मिळालेले थोडे पैसे गाठीला मारून मी तिथून निघाले. तितक्यात, अनपेक्षितपणे शाहुल्क्का टपकला. त्यानं मला चारशे रुपये दिले.

मी त्याला म्हणाले, ''मला पोट्टलप्पुतूर मशिदीत जायचं आहे, पण तिथं कसं जायचं ते मला माहीत नाही.''

तो मला त्या मशिदीत घेऊन गेला. तिथं त्यानं प्रतिदिन २५ रु. दराने एक खोली भाड्यानं घेतली. आम्ही तिथं सहा दिवस राहिलो. त्यानंतर तो पैसे घेऊन परत येतो असं कबूल करून तिथून निघाला, ते परत आलाच नाही. तो गेल्याच्या दुसऱ्या दिवशी मशिदीतल्या अधिकाऱ्यांनी आम्हाला तिथून बाहेर काढलं. तिथं बाहेरच्या बाजूला पडद्यांचा आडोसा केलेली थोडी जागा होती. आम्ही तिथं राहू लागलो.

झीनूची असुरक्षितता ही मोठी समस्या पुन्हा समोर उभी ठाकली. मशिदीजवळच्या छोट्या दर्ग्याचा कारभार बघणारा अब्दुल रज्जाक नावाचा माणूस एके दिवशी मला भेटायला आला आणि त्यानं झीनूशी लग्नाला तयार असल्याचं सांगितलं. मी त्याला म्हणाले, तू तिच्याशी लग्न करू शकतोस, पण तू या लग्नाची नोंदणी करायला तयार असशील तर. मी झीनूचं त्याच्याशी लग्न लावून देण्यास उत्सुक नव्हते. लग्न करणं ही बरेचदा युक्ती असायची. समजा तो मनात 'तलाक' हा विचार योजूनच असला तर? त्यावेळी झीनू चौदा वर्षांची होती. माझ्या मनात आलं, कदाचित त्याचं आजूबाजूला असणं आमच्या दृष्टीनं सुरक्षिततेचं ठरू शकेल. त्याचे मशिदीशी जवळचे संबंध असल्यामुळं त्याचा तिथं थोडाफार दरारा होता. आम्ही तिथं तीन आठवडे रेटले. शेवटी शेवटी आमच्याकडं भाताची पेज सोडून काहीही अन्न उरलं नाही. तेव्हा मी विचार केला, की आता ही मशीद सोडून कुठंतरी जावं हे बरं. त्या

दिवशी शाहुल्क्काची बहीण, मेव्हणा, त्यांचा मुलगा, सून आणि एक शेजारच्या बाई आम्हाला भेटायला आले. तो मेव्हणा मशिदीत 'मोतियार' होता. त्याचं नावही शाहूल हमीद हेच होतं. त्याला दोरासैवू म्हणत असत. शाहुल्क्काच्या नातेवाईकांपैकी माझी त्याच्याशी सर्वांत जवळीक होती. ही शाहुल्क्काची लाडकी बहीण होती. त्यांचा मुलगा माझा लाडका भाचा होता. मी त्याच्या मुलाच्या लग्नात त्याला सोन्याची अंगठी भेट दिली होती! तो माझ्या मुलीला मिठी मारून खूप रडला.

झीनूनं त्याला सांगितलं, काका, दोन दिवस झाले, आम्हाला भातसुद्धा मिळालेला नाही. त्यावर, "या काकानं तुझ्यासाठी काहीही आणलेलं नाही," असं म्हणून दौरासैवूनं तिला दहाची नोट काढून दिली. ते पाहून त्या शेजारच्या बाईनंही- माझं मशिदीत लग्न झाल्यानंतर गृहप्रवेशाच्या वेळी ही बाई माझ्यासोबत होती- दहाची नोट काढून झीनूच्या हातावर ठेवली. ती बाई मिठाई बनवून विकत असे व त्यावर चरितार्थ चालवत असे. तिची परिस्थिती फारशी चांगली नव्हती. माझ्या भाच्यानं झीनूला पाच रुपये दिले. हाच मुलगा आमचं उटीत दुकान होतं तेव्हा तीन वर्षे आमच्याकडं राहिला होता. त्यावेळी प्रत्येक वेळी मी त्याला पॉकेटमनी म्हणून कमीत कमी शंभर रुपये द्यायची. मी झीनूला सांगितलं की, तू हे पैसे घ्यायचे नाहीस आणि घेतलेस तर मी तुला इथंच सोडून निघून जाईन. तिनं ते पैसे परत दिले. त्यानं ते घेतले नाहीत. मग झीनूनं ते पैसे मशिदीतल्या दानपेटीत टाकले.

मशिदीतल्या लोकांना हे सगळं कळलं, त्यांनी माझ्याकडं आलेल्या त्या पाहुण्यांबद्दल चौकशी केली.

मी त्यांना सांगितलं, की ती माझी नणंद होती. तिचा नवरा आणि मुलगाही आले होते.

त्यावर ते लोक म्हणाले, "तुला इथं पोटाची खळगी भरण्यापुरते सुद्धा पैसे मिळत नाहीत, तू येरवडी मशिदीत जावंस हे उत्तम. तिथं तुमची पोटाची सोय होईल आणि तुझ्या मुलीला काहीतरी काम मिळू शकेल."

मग भक्तांनी मला वर्गणी काढून पैसे गोळा करून दिले. या वर्गणीची कुणकुण लागताच अब्दुल रज्जाक टपकला.

"काकी मी तुमच्यासोबत येरवडीला येतो," तो म्हणाला, "माझं आणि झीनतचं लग्न तिथं लावता येईल."

मला येरवडी मशीद कुठं आहे हे माहीत नव्हतं, त्यामुळं कुणीतरी सोबत असणं बरंच होतं. मला खात्री होती, की हा माणूस लग्नाचं मनात असल्यामुळं आमच्याबरोबर येण्याचा प्रयत्न करणारच. मी त्याला सोबत येऊ दिलं. तिथं पोचल्यावर, त्याला आम्हा तिघांसाठी एकच खोली घ्यायची होती. पण मी म्हणाले,

की लग्न होण्याआधीच तुम्ही एका खोलीत राहणं योग्य नाही. त्यापेक्षा तू असं का करत नाहीस, तू आम्हाला इथं खोली घेऊन दे, आणि तू मशिदीत राहा. त्यानुसार त्यानं आम्हाला मशिदीसमोर एक खोली घेऊन दिली. काही दिवसांनी त्याला कळून चुकलं, की मी काही झीनूचं त्याच्याशी लग्न लावून देण्याच्या बेतात नाही.

त्याच दरम्यान मला आणखी एक माणूस भेटला, त्याचं नाव अब्दुल नाजर. तो मशिदीचा कारभार बघत असे, प्रार्थना पठण, मंतरलेले ताईत-गंडे बांधणं हे काम करत असे. तो 'मूल्लाक्का' होता.

त्यानं मला माझ्याबद्दल सगळं काही विचारलं आणि म्हणाला, "तू तुझ्या मुलीला माझ्या घरी का ठेवत नाहीस? तू आलीस तर मात्र माझ्या घरचे संशय घेतील."

त्यावेळी त्याच्यासोबत त्याची दुसरी का तिसरी बायको राहत होती. माझी मुलगी तिथं जवळपास दोन महिने राहिली. त्या दरम्यान आणखी एक संकट उद्भवलं. या माणसाच्या एका मित्राचा मुलगा मनोरुग्ण होता. त्यानं सुचवलं, की मी झीनूचं त्या मुलाशी लग्न लावून द्यावं, पण मी ठाम होते.

"मी माझ्या मुलीचं कुठल्याही वेड्याशी लग्न लावून देणार नाही, स्पष्ट सांगते."

एके दिवशी झीनू म्हणाली, "आई, लवकरच तुला एक प्रेमपत्र येणार आहे."

"कोण पाठवणार आहे?" मी विचारलं.

त्यावर ती म्हणाली, की अब्दुल नाजर व त्याचा मित्र मिळून पत्र लिहीत आहेत.

"मी आखाती देशातील नोकरीत लाखो रुपये मिळवले आहेत," त्यानं लिहिलं होतं, "पण माझ्या बायकोचं माझ्यावर प्रेम नाही. मी रस्त्यावरच्या बाईला स्वीकारलं तर, मी तिचं प्रेम नक्कीच जिंकेन.." असा त्या पत्राचा एकूण सूर होता. त्या पत्रात त्याच्या पत्नीच्या पत्रांतील काही भागही उद्धृत केला होता.

अशा प्रकारे ते पत्र लिहून झाल्यानंतर नाजर माझ्याकडे आला, "तुझा आजार सोळा हजार रुपयांत बरा होईल का?"

"माझ्यासाठी एवढे पैसे कोण खर्च करणार आहे?"

"आहे एकजण. एकदा का तुझी तब्येत ठीक झाली, की आपण तुझ्या उपजीविकेसाठी काहीतरी मार्ग शोधू. मी आणि कक्का (त्याचा मित्र) आम्ही दोघं आखाती देशात निघालो आहोत. आपण तुझ्या मुलीचं दणक्यात लग्न लावूया. तुम्हा दोघींना दहा दहा तोळे सोनं घालू."

तो झीनूचं त्या मनोरुग्ण मुलाशी लग्न लावण्याबद्दल बोलत होता. आता अशा प्रकारे इथं राहणं फार काळ शक्य होणार नव्हतं. मी आजारी आहे असं सांगून झीनूला बोलावून घेतलं. ते असलं काहीही सुचवण्याचा आपल्याला अधिकार आहे

असं समजत होते, कारण झीनूला जेवायला घालत होते ना! पण मी त्यांची सूचना धुडकावून लावली. आणि हो, मला ते माझ्यासाठी लिहिलेलं प्रेमपत्रही कधी मिळालं नाही.

मी या नव्या संकटाला तोंड देत असतानाच माझ्या एका मैत्रिणीनं एक कल्पना सुचवली. तिथून जवळच एका साधूपुरुषाचं (तांगल) घर होतं. ती मैत्रीण म्हणाली, की आपण तिथं जाऊया. तिलासुद्धा झीनूच्याच वयाची मुलगी होती. आम्ही दोघी त्या साधूपुरुषाच्या घरी गेलो.

मला ही गोष्ट नंतर समजली, की त्या साधूपुरुषाची पद्धत म्हणजे आपल्या घरी आजारी लोकांना राहू द्यायचं आणि त्यांच्यासोबत असणाऱ्या कोवळ्या मुलींशी लैंगिक दुर्वर्तन करायचं. माझ्या मैत्रिणीलाही हे माहीत होतं. त्या साधूबाबाला या दोन्ही मुली हव्या होत्या, पण माझ्या मैत्रिणीला सांगण्यात आलं होतं, की झीनू 'शिकार' आहे.

एके दिवशी ती मला म्हणाली, "जमीलाक्का, आपण असं करूया. आपण रात्री मशिदीत झोपूया आणि मुली तांगलच्या घरात असू देत."

हा केसानं गळा कापण्याचा प्रकार आहे, हे तेव्हा माझ्या लक्षात आलं नाही. उलट जिथं इतक्या बायका आहेत, तिथं झीनू सुरक्षित राहील याची मला पक्की खात्री वाटली. तिथं जवळच हकीम डॉक्टरचा दर्गा म्हणून ओळखला जाणारा एक दर्गा होता. येरवडी मशिदीच्या मागं बायकांना झोपायला जागा होती. आम्ही तिथं गेलो.

तिसऱ्या दिवशी, मला धोक्याची चाहूल लागली. झीनूच्या बाबतीत काहीतरी भयानक घडणार आहे असं भय घेरून आलं. मी पहाटे तीन वाजता स्वप्नातून दचकून जागी झाले आणि झीनूला ठेवलं होतं त्या घरी लगबगीनं परत आले.

त्या साधूबाबाच्या अंगणात दोन निवारे केलेले होते. एक स्त्रिया व मुलांसाठी आणि दुसरा, त्याच्यासाठी.

रात्री त्यानं काहीतरी विचित्र चाळे करायला सुरूवात केल्यामुळं घाबरून गेलेल्या मुली अंगाची गठडी वळून थिजून गेल्या होत्या.

"काय झालं बाळा?" मी झीनूला विचारलं.

"तो साधूबाबा आला आणि सेलिनताथाच्या मुलीशेजारी झोपला. तिनं घाबरून मला हाक मारली."

त्याची दुसरी बायको आणि सेलीन या सगळ्यांत सामील होत्या. इथं राहणं अतिशय धोक्याचं आहे, हे मी जाणलं होतं. मग मी आम्ही सोडलेली भाड्याची खोली पुन्हा घेतली. त्यावेळी माझ्याजवळ कुणी कुणी दिलेले थोडे पैसे होते आणि त्याच दरम्यान, शाहुल्क्कानं त्याच्या भावाच्या मुलाबरोबर थोडे पैसे पाठवले होते.

आटिंगरा मशिदीत मदतीला बरेच लोक होते. येरवडीत तीन महिने काढल्यानंतर माझ्या लक्षात आलं, की इथं प्रत्येकजण दुसऱ्याला पुरता पिळून घेतोय. माझ्या त्या मैत्रिणीनं विचार केला होता, की माझ्या मुलीला पुढं केलं तर स्वत:च्या मुलीला वाचवता येईल. आता तिथं राहणं अगदीच अशक्य होतं. आम्ही पुन्हा आटिंगरा मशिदीत परत आलो.

आम्ही तिथं येऊन पंधरा दिवस होतात तितक्यात शाहुल्क्काचा धाकटा भाऊ वारला. त्यामुळं मी घरी गेले आणि तेरा दिवस तिथं राहिले. त्यानंतर काही काळ त्याच्या बहिणी, इतर नातेवाईक यांच्या घरी राहिले आणि अगदीच अपरिहार्य असेल तेव्हाच त्याच्या घरी गेले. त्या दरम्यान माझी त्याच्या मावशींशी- सबूरांशी भेट झाली. सबूरा मावशींनी झीनू पाच वर्षांची होईपर्यंत तिला अरेबिक शिकवलं होतं.

"तू असं वणवण भटकायचं नाहीस," त्या म्हणाल्या, "मी तुला सांभाळीन."

त्या आणि त्यांचं कुटुंब चांगलं सुस्थितीत होतं.

सबूरा झीनूला त्यांच्याकडं घेऊन गेल्या. त्यांची मोठी बहीण- अरिफा यांनी मला त्यांच्या घरी नेलं. काही काळ आयुष्य असं पुढं सरकत होतं. पोटाला अन्न, औषधं आणि मन:शांती लाभल्यामुळं माझी तब्येत थोडी सुधारली. मी थोडंफार काम करू शकेन इतपत अंगात ताकद आली. मी आमच्या शेजारच्या एका मुलाला सांभाळायचं काम करून चार पैसे मिळवू लागले.

पण मी मुलाला सांभाळण्याच्या जोडीला घरकाम करायलाही सुरुवात केली, तेव्हा पुन्हा आजारपण आलं आणि हे त्यांच्या दृष्टीनं डोक्यावरून पाणी ठरलं. जेवायला घालायचं, वर आणखी औषधं! आता इथून पुढं मला सांभाळणं त्यांना शक्य नव्हतं.

कन्याकुमारीतले एकजण तिरुवनंतपुरममध्ये स्थायिक झाले होते. ते शाहुल्क्काच्या दूरच्या नात्यातले होते. ते हॉर्लिक्ससारखा पदार्थ बनवणाऱ्या कंपनीशी संबंधित आहेत. झीनतला त्यांच्या मुलाला सांभाळायला नेण्यात आलं.

झीनतला तिथं पटवून घेणं फार कठीण गेलं. तिचं बालपण खूप चांगल्या वातावरणात गेलं होतं. ती स्वयंपाकपाण्यात चांगली कुशल होती. शिवाय ती स्वयंपाकघरातली सगळी साधनं-उपकरणं अगदी सहजतेनं हाताळत असे. त्यामुळं त्या घरातल्या लोकांना झीनूचा हा चांगल्या जीवनाशी असणारा परिचय आत कुठंतरी खटकत होता. ती तिथं शाहुल्क्काची नातेवाईक म्हणून गेली असली तरी, त्यांना मोलकरीण म्हणून आलेल्या मुलीचं असं सहज वागणं अजिबात आवडलं नाही. तिनं त्या घरात पंचाहत्तर दिवस काढले, त्याचवेळी एका परिचितांच्या सल्ल्यानुसार मला वैद्यकीय महाविद्यालयात दाखल करण्यात आलं.

झीनू ते काम लगेच सोडू शकत नव्हती. त्यांनी तिला पथनमतिट्टाला त्यांच्या

मुलीच्या बाळाला सांभाळायला पाठवलं. त्याचं कारण इतकंच, की त्यांना त्यांच्या घरात चांगल्या, समृद्ध आयुष्यात रुळलेली; त्यांच्याचसारख्या जीवनाची ओळख असलेली कामवाली नको होती- तिच्या कामाबद्दल त्यांची तक्रार नव्हती.

झीनू सांगायची, "आई, त्या सारखं सांगत असतात, हे असं बोलू नकोस, तसं करू नकोस. मी जर सांगितलं ना, की या पदार्थात आणखी मसाला घातला तर तो चमचमीत हाईल, तर त्यांना राग येतो."

मग मी तिला शांत करत म्हणायची, "बाळा, तू मोलकरीण नाहीस, पण तू त्यांच्या घरचा सदस्यही नाहीस. तू गप्प राहत जा, तुला माहीत असलेल्या गोष्टी सांगत जाऊ नकोस. हाच जीवनाचा नियम आहे."

वैद्यकीय महाविद्यालयात

मला वैद्यकीय महाविद्यालयात घेऊन जाणारा माणूस म्हणाला, "इथं अकबर नावाचे एक डॉक्टर आहेत. तू त्यांना तुला कुणीही नसल्याचं सांगितलंस, तर ते दया दाखवून तुला मदत करतील."

मला दाखल केलं तेव्हा सणावाराचे दिवस होते. म्हणून मी मुलींच्या आग्रहावरून हातापायांवर मेंदी रेखली होती. डॉक्टरना वाटलं, की मी खरंच एखाद्या चांगल्या घरातली आहे.

मी त्यांना मला कुणीही नसल्याचं सांगताच ते म्हणाले, "तू पूर्णपणे अनाथ आहेस? तुला कुणीही नाही?"

मी म्हणाले, "होय, मला कुणीही नाही."

"तू अनाथ कशी असशील? तू रमजान साजरा केला आहेस."

मग मी त्यांना सांगितलं, "मी हिंदू होते. पुढं मी इस्लामी श्रद्धा स्वीकारल्या. पण मी धर्मांतरासाठी पोन्नानीला गेलेले नाही, त्यामुळं मी पूर्णतः मुस्लिम नाही. त्यामुळं माझा मुस्लिम म्हणून संपूर्ण स्वीकार होत नाही. पण मी इस्लामला जाऊन मिळाल्यापासून हिंदूंनी माझा त्याग केला आहे. अशा प्रकारे मी सर्वांनाच गमावत गेले आहे."

त्यांनी तत्क्षणी त्यांच्या विद्यार्थ्यांना बोलावून सांगितलं, "या बाईची नीट काळजी घ्या. तुमच्या ड्यूटीच्या वेळात तिला आधार देण्यासाठी तुम्हाला शक्य ते सर्व काही करा. तिला अन्न व औषधं मिळतील याकडं लक्ष द्या."

तिथं मला अन्न, औषधं व उत्तम वैद्यकीय उपचार मिळाले. दरम्यान, माझ्या मुलीचं पथनमतिट्टामध्ये अगदीच जमेना, त्यामुळं ती ते काम सोडून माझ्याकडं आली. तिच्या येण्यानं माझी अवस्था बिकट झाली. मी अनाथ असल्याचं खोटं सांगितलं ही गोष्ट उघड झाली. मात्र आमची असहाय्यता विद्यार्थ्यांना पटली. तिथं

अकबर डॉक्टरांचे एक प्रतिस्पर्धी डॉक्टर होते. तेसुद्धा मुस्लीम होते. मला त्यांचं नाव आठवत नाही. त्यांनी सगळीकडं पसरवलं, की नलिनी अनाथ नाही, तिची मुलगी तिच्यासोबत राहतीय. हे सगळं मुद्दाम, आम्हाला आश्रय देणाऱ्या अकबर डॉक्टरांवर टीका करण्यासाठी चाललं होतं. दुसऱ्या दिवशी अकबर डॉक्टर आले तेव्हा योगायोगानं झीनू तिथंच होती. त्यांनी मला काहीही विचारलं नाही, पण ते काय समजायचं ते समजले. तेव्हापासून त्यांची माझ्याकडं बघण्याची वृत्ती बदलली. त्याच दरम्यान तिथं संप झाला, आणि त्यामुळं ज्या ज्या लोकांना तिथून पहिल्यांदा डिस्चार्ज मिळाला, त्यात माझं नाव होतं. मला डिस्चार्ज मिळणार होता ते मी बरी झाल्यामुळं नव्हे, तर खोटं बोलण्यामुळं.

मला डिस्चार्ज मिळाल्यानंतरही मी रुग्णालयाच्या व्हरांड्यात राहत होते. अकबर डॉक्टरना संपूर्ण सत्य समजल्यानंतर त्यांनी मला पुन्हा तिथं दाखल करून घेतलं. ताबडतोब, त्या दुसऱ्या डॉक्टरनं मला डिस्चार्ज देण्याचा आदेश दिला. दाखल करायचं... डिस्चार्ज द्यायचा असं नाटक बावीस दिवस सुरू होतं. दरम्यान, मला झालेला संसर्ग थोडा कमी झाला. मी ते रुग्णालय सोडून जायचं ठरवलं.

माझ्याजवळ अगदी थोडी पुंजी उरली होती. मुलीला घेऊन कुठं जावं... काहीच कळत नव्हतं. मी एकटी असते तर कुठंतरी पडून राहिले असते आणि मरून गेले असते. शिवाय, झीनू काही काळ श्रीमंत कुटुंबात काम केल्यानंतर आता देखणी दिसत होती. अगदी टिप टॉप! त्यांनी तिला दिलेले कपडेही अगदी फॅशनेबल होते, आधुनिक प्रकारचे. तिला घेऊन कुठंही राहणं म्हणजे संकटाला आमंत्रण देणं होतं. म्हणून आम्ही पुन्हा शाहुल्क्काच्या वडिलोपार्जित घरी गेलो. त्या घरावर त्याच्या दुसऱ्या बहिणीचा व तिच्या मुलीचा कब्जा होता. त्याच्या वडिलांनी मृत्यूपूर्वी लिहून ठेवलं होतं, की त्यांच्या कुटुंबातील कुणीही या घरी येऊन राहू शकेल. झीनत शाहुल्क्काची मुलगी नाही ही गोष्ट तिथं कुणालाही माहीत नव्हती. शाहुल्क्कानंही ती त्याची मुलगी नसल्याचा चुकूनही कधी उल्लेख केला नाही. उलट, ते सगळेजण म्हणत असत, की झीनू शाहुल्क्काच्या आईसारखी दिसते.

तिथं जाण्याआधी, मी शाहुल्क्काच्या आत्याला भेटायला गेले. त्यांना मूत्तुम्मा म्हणत असत. सर्व कुटुंबात त्या सर्वांत प्रेमळ होत्या. मी डिस्चार्ज मिळाल्यानंतर त्यांच्या घरी गेले. सोमवार होता. त्या दिवशी रात्री व दुसऱ्या दिवशी तिथं राहून मी बुधवारी दोरासैवूच्या घरी गेले.

गुरुवारी दोरादादाचा फोन आला, "तुला जायला कुठं ठिकाण आहे का?"

शाहुल्क्काच्या मामाची मुलगी वेगळ्या घरी राहत होती. तिलासुद्धा माझा खूप लळा होता. मला एकतर तिथं जाणं हा पर्याय होता नाहीतर इथं राहणं हा. पहिल्या घरात बऱ्याच गैरसोयी होत्या- अगदी आंघोळीचासुद्धा प्रश्न होता. पण इथली

माणसं तर मला इथं राहू द्यायला तयार नव्हती.

"शाहुल तुला सांभाळेल का?"

"मला खात्री नाही," मी उत्तरले, "तुमचा भाचा मला सांभाळेल याची सुतराम खात्री नाही."

मग ते म्हणाले, "अरे बापरे, म्हणजे मलाच तुझ्या प्रेताची विल्हेवाट लावावी लागणार तर!"

ते मृतदेहाचं दफन करण्यापूर्वी त्यांना आंघोळ घालणं व अंत्यविधीसाठी सज्ज करण्याच्या कामात मदत करत असत. त्यामुळं मी त्यांचं हे बोलणं त्या संदर्भात धरलं, पण मग माझ्या लक्षात आलं, की हा माणूस पुरुषांच्या मृतदेहांच्या उत्तरकार्यात मदत करतो, बहुधा त्याला माझ्या अंत्यविधीच्या खर्चाची चिंता असावी! माझं लग्न त्या 'जमात'मध्ये झालं होतं. त्यामुळं माझा अंत्यविधीही तिथंच करावा लागणार याची त्याला काळजी लागली होती! इथं मी... पूर्णपणे जिवंत होते... आणि त्यांना चिंता लागली होती ती, मी गेल्यानंतर माझ्या मढ्यावर त्यांना खर्चाव्या लागणाऱ्या पैशांची!

अरिफाची चार नंबरची मुलगी साफी. तिला मी फार आवडायची. माझी तब्येत अतिशय बिघडली. तेव्हा तिनं विचारलं, "काकी तू मरशील तेव्हा तुझं दफन कुठं होणार?... या जमात मध्ये की तिरुवितामकोट्टाच्या जमातमध्ये?"

ती जेमतेत अठ्ठावीस वर्षांची असेल. तिनं हा प्रश्न अगदी निरागसपणे विचारला पण एक गोष्ट स्पष्ट होती, ती म्हणजे- हे लोक मला जगण्यासाठी मदत करायला अजिबात तयार नव्हते. या एका कारणामुळं मला या घरात अजिबात राहायचं नव्हतं.

मी रुग्णालयातून बाहेर पडले तेव्हा पूर्णत: थकले होते. औषधांनी माझी सगळी ताकद संपवली होती. मला धड चालतासुद्धा येत नव्हतं. मला वाकून, जिथं गाठ होती तो भाग दोन्ही हातांनी धरून चालावं लागत होतं. जवळजवळ पस्तीस दिवस औषध सुरू ठेवायचं होतं.

मग मी माझ्याविषयी ममत्व असणारे नातेवाईक निवडून त्यांच्याकडं जात राहिले. एके दिवशी मी शाहुल्क्काच्या तीन नंबरच्या बहिणीकडं जायचं ठरवलं. मी झीनूला घेऊन, सोबत काही वस्तूंचं पुडकं घेऊन निघाले.

"कुठं निघाली आहेस?" प्रश्न आला.

"हाजीरा वन्संच्या घरी."

माझे शब्द पूर्ण होतात न होतात, तितक्यात माझ्या हातात पन्नासाची नोट आली... याचा अर्थ होता, "चालती हो, पुन्हा इथं येऊ नकोस."

मग मी हाजीरा वन्संच्या घरी गेले. गुरुवार होता. संध्याकाळी चहापाणी

झाल्यावर आम्ही तिथं सैलावलो. तिथून जवळच नदी होती. तिथं झीनूनं आमचे मळकट-मातकट कपडे धुवून आणले आणि घरी येऊन वाळत घातले. आपण तिथं राहायचं अशी आमची कल्पना होती. त्या घरात दोन शयनगृहं आणि दोन दिवाणखाने होते. एक स्वयंपाकघर आणि त्याच्या लगतच कोठीची खोली होती. मला वाटत होतं, की दुसरा काही मार्ग सापडेपर्यंत आम्ही तिथं राहू शकू. याचा नणदेला नक्कीच सुगावा लागणार असणार, म्हणूनच ती मला म्हणाली,

"मी तुम्हाला राहा म्हटलं असतं, पण इथं जागा नाही ना!"

त्या घरातला दिवाणखाना व स्वयंपाकघर वापरता येण्यासारखं होतं.

मी झीनूला सांगितलं, "कपडे बांध, आपण निघतोय."

"कपडे वाळले नाहीत," ती म्हणाली.

"असू देत," मी म्हणाले, "जेवढे वाळलेत तेवढे बास. माझी एक मैत्रीण इथं जवळच राहते. आपण तिथं जाऊया."

माझी एक मैत्रीण खरंच तिथं शेजारीच राहत होती. तिच्या घरी खायचं नाही, असं मला एकदा सांगण्यात आलं होतं. मी थेट तिथं जाऊन धडकायचं ठरवलं, या लोकांना ते आवडणार नव्हतं... म्हणून सूड उगवण्यासाठी. तिचं नाव झुल्फत. तिनं मला सगळी हकिकत विचारली. मीही तिला सगळी कहाणी ऐकवली.

"काळजी करू नकोस," ती मला धीर देत म्हणाली, "आज शुक्रवारची रात्र आहे. तू कुठंही जाणार नाहीस. तू माझ्या 'जमात'मध्ये आली आहेस, आज रात्री तू कुठंही जायचं नाहीस!"

दुसऱ्या दिवशी सकाळी पुन्हा ही संदिग्ध अवस्था तशीच होती. आमच्या अवतीभवती सर्वत्र नातेवाईक होते. मला कुठल्याही लग्नसमारंभात किंवा सणावारांच्या प्रसंगी कधीही वगळलं नव्हतं. आता माझ्या अशा पडत्या काळात, विपन्नावस्थेत ते माझ्या दुःखाचा चांगला उपयोग करून घेत होते! त्या मैत्रिणीकडं तीन जेवणं झाल्यानंतर मी तिथूनही निघाले. ती मला शुक्रवार सरेपर्यंत थांबायचा आग्रह करत होती. त्यानंतर मला पक्का हाजीराकडून बोलावणं आलं, ती आमची नातेवाईक नव्हती तरीसुद्धा. ती मोठ्या घरची होती. तिनं माझी हालहवाल विचारली. मी तिला माझ्या दुखण्याबद्दल सांगितलं. त्यानंतर तिनं, तिच्या मुलानं व मुलीनं मला प्रत्येकी पंचवीस रुपये दिले.

आमचं कुटुंब मशिदीच्या भोवतीच्या परिसरात वसलं होतं. दोरैसैवू छोट्या मशिदीसमोर राहत असत. हाजीराचं घर त्यांच्या डाव्या बाजूला होतं. तिथून चार पावलांवर झुल्फतचं घर होतं. त्यांच्या शेजारी पक्का हाजीराचं घर. त्यापुढं हव्वा वहिनींचं घर. या सगळ्या घरांची रचना जणू एखाद्या चांदणीचे बिंदू असावेत तशी होती. या चांदणीच्या पाचव्या बिंदूवर मूत्तुम्मांचं घर होतं. मी दुःखानं झाकोळलेल्या

काळात या चांदण्याच्या बिंदूभोवती फिरत असायचे; एखाद्या भाविकानं तीर्थक्षेत्री श्रद्धेनं प्रदक्षिणा घालाव्यात अशी. माझ्या मनात यायचं, या चांदणीच्या सर्वच्या सर्व चारी बाजू आच्छादित आहेत. इथं माझ्या अडचणींची नक्की अखेर होईल.

मी तिथून शाहुल्क्काच्या चुलत भावाच्या घरी गेले. त्याची बायको चांगल्या घरची होती. पण नवऱ्याच्या स्वच्छंदी वागण्यामुळं तीसुद्धा आर्थिकदृष्ट्या असुरक्षित बनली होती आणि काहीकाळ माझ्या सारखीच इतरांच्या मदतीवर जगत होती.

मी तिला हव्वा वहिनी म्हणायची. तिला मी फार आवडायची. मी तिला सांगितलं, की मी देशभ्रमंती करून परत आलीय.

तिनं विचारलं, "तू कोचुमामींच्या घरी का राहिली नाहीस?"

ती मूत्तुम्मांबद्दल बोलत होती.

मी तिला सांगितलं, की त्यांना मी त्यांच्या घरी राहायला हवं आहे, पण त्या सुनेला घाबरतात.

तिनं मला खात्री दिली, की 'काका' घर चालवत नाही. त्यामुळं तुला जायला सांगायचा कुणालाही हक्क नाही, त्यामुळं तू इथं राहू शकतेस.

मी तिला विचारलं, "तू स्वत:च भिक्षेवर अवलंबून असताना, तू मला कशी सांभाळणार आहेस?"

"देवाच्या मनात असेल तर सगळं काही ठीक होईल," ती उत्तरली.

अशा प्रकारे मी तिथं राहू लागले. तिसऱ्या दिवशी मूतुम्मा निवर्तल्या. बारा वाजता कुणीतरी आम्हाला अंत्यविधीसाठी बोलवायला आलं. आम्ही रात्रीपर्यंत तिथं पोहोचलो. त्या घरी सर्व बहिणी एकत्र राहत असत. अंत्यविधीत सहभागी व्हायचं म्हणजे तीन दिवसांनी आंघोळ झाल्यावरच तिथून निघता येतं. पण मला तर त्यावेळी महिन्यातून फक्त एकदा सचैल स्नान करायची परवानगी होती. डॉक्टर मला आठवड्यातून फक्त एकदा आंघोळ करू द्यायचे. हे मी सर्वांना सांगितलं. त्यावर त्यांचं मत पडलं, की अंत्यविधीच्या आंघोळीनं काहीही होणार नाही. शिवाय सगळे नातेवाईक एकत्र जमणार आहेत. त्यामुळं 'शाहुलशी बोलून तुझ्याबद्दल काय तो निर्णय घेता येईल.'

माझं मशिदीत लग्न झालं असलं तरी मी त्या आधारे त्याच्यापुढे किंवा त्याच्या नातेवाईकांपुढं कसलाही हक्क सांगितला नाही. काहीही असलं तरी हे लग्न ठरवून झालेलं नव्हतं. आम्ही क्षणिक आकर्षणातून हे नातं जोडलं होतं. तो माझ्या मुलीचा बाप नाही हे वास्तवही माझ्या मनात रुतून होतंच, त्यामुळंच मी स्वत:च्या हक्कांसाठी वाद न घालण्याचं ठरवलं. प्रत्येकजण म्हणाला, आपण कुणीतरी मध्यस्थ घालूया. शाहुल्क्का तिसऱ्या दिवशी तिथं आला, आणि त्याला कळवलं नाही किंवा बोलावलं नाही म्हणून त्यानं आरडाओरडा सुरू केला. खरं तर तो तिथं

आला होता ते हे प्रकरण किती पुढं गेलंय त्याचा अंदाज घेण्यासाठी आणि त्याला मी तिथं आहे हे पक्कं माहीत होतं. तो तिथं चिडूनच आला होता, ती प्राप्त परिस्थितीला तोंड देण्याची युक्ती होती.

सगळेजण एक सुरात म्हणाले, "आम्हाला तू कुठं होतास हे माहीत नाही. तुझ्या बायकोनं ते आम्हाला सांगितलं नाही."

तो त्याच्या ठेवलेल्या बाईसोबत कुठं राहतो हे मी त्यांना सांगण्याच्या मन:स्थितीत नव्हते. समजा कुणी तिथं गेलं असतं तर ते तिला सोबत घेऊन आले असते. आता मीच मोठी गुन्हेगार झाले होते... त्याच्यापर्यंत अंत्यविधीची बातमी न पोहोचू देणारी गुन्हेगार. कुणालाच माझ्या अवस्थेशी काहीही देणंघेणं नव्हतं. प्रचंड वादावादी होऊन हा विषय संपला. काहीजण माझ्या बाजूनं होते, तर काहीजण त्याच्या.

मी म्हणाले, "मी आणि ही पोर इतके दिवस कसे जगलो त्याची तुम्ही कधीच पर्वा केली नाहीत. आता इथं मोठमोठ्या गप्पा चालल्या आहेत, पण माझ्या मुलीचा कधी कुणी विचार केला नाही, त्यामुळं मीही तुमच्या बोलण्याची पर्वा करणार नाही."

त्यानंतर त्यानं नाट्यपूर्णपणे जाहीर केलं, "काहीही असलं तरी ही बाई माझी पत्नी आहे. मी तिला सोडणार नाही."

त्यानं मला सोडायचं ठरवलं असतं तर त्याला त्याचं स्पष्टीकरणही द्यावं लागलं असतं. त्यानं हे जाहीर करताच प्रत्येकजण तारणहाराच्या भूमिकेत परस्परांशी स्पर्धा करू लागला.

कुणी सुचवलं, "वहिनी, तुम्ही वडिलोपार्जित घरात का राहत नाही?"

मी म्हणाले, "मी तिथं फक्त झोपू शकते, पण पोटापाण्याची काय व्यवस्था करू?"

शाहुल्क्काला सात बहिणी होत्या. त्यांपैकी कुणालाही झीनू त्याची मुलगी नसल्याचं माहीत नव्हतं. त्यानंतर माझ्या नणदेनं तो परत येईपर्यंत तीन दिवस आम्हाला आसरा दिला. त्यानं तिला आमच्या तीन दिवसांच्या खर्चासाठी वीस एक रुपये दिले आणि लवकर परत येण्याचं वचन दिलं. पण सहा दिवस उलटले तरी त्याचा पत्ता नव्हता. त्यानंतर हव्वावहिनींची धाकटी बहीण आली. तिनं मला वचन दिलं, की शाहुल्क्कानं तुम्हाला सोडून दिलं तरी मी तुम्हाला सांभाळीन. हा सगळा कालच्या फार्सचा उर्वरित भाग आहे हे मला दिसत होतं. त्यानं आम्हाला इथून बाहेर काढण्यासाठी तिच्याबरोबर पाठवण्याची व्यवस्था केली होती. कारण जोवर आम्ही इथं राहू तोवर त्याचं 'नाव' धोक्यात होतं.

त्याच दरम्यान एक प्रसंग घडला. मी हव्वा वहिनींच्या घरी राहायची तेव्हा

तळ्यावर आंघोळीला जावं लागत असे. वाटेत मशिदीवजळ एक टपरीवजा दुकान होतं. तो दुकानदार माझ्या बोलण्याच्या शैलीची नक्कल करत असायचा. मी उत्तरेकडची होते.

एके दिवशी त्यानं मला विचारलं, "ए ऽ पोरी, तुझा 'पुदियापला' कुठं आहे?" ...म्हणजे नवा नवरा.

मी म्हणाले, "अरे बाबा, पुदियापला आहे कुठं, मला आहे तो फक्त पाळायप्पला (म्हणजे जुना नवरा), आणि तो कुठं आहे ते मला ठाऊक नाही."

आमचं हे संभाषण पक्का हाजीराच्या भावानं ऐकलं.

त्यानं मला विचारलं, "कुठं आहे तो? त्यानं तुला सोडलं आहे का?"

"ते कुठंही गेलेला नाही. तो मला चिडवतोय म्हणून मीही मजेनं तसं म्हणाले," मी उत्तरले.

खरं सांगते, मला माझी ही अवस्था कुणालाही कळायला नको होती. ते कुणालाही समजणं मला आवडणार नव्हतं, म्हणूनच मी हा विषय थट्टेवारी नेला.

पण बहुधा त्याला माझ्या बोलण्यातली वेदना जाणवली असावी. तो आमच्या घरी आला आणि या 'जमात'मध्ये माझ्याशी लग्न करून आता मला सोडून देणारा शाहूल कुठं आहे' याची विचारणा करू लागला. त्यामुळं घरात मोठं वादळ उठलं... त्यांच्या भावानं मला सोडून दिलं या गोष्टीमुळं नव्हे, तर त्याबद्दल मी तक्रार केल्यामुळं! अशा परिस्थितीत शाहुल्क्काची सैनाबा नावाची एक नातेवाईक तिथं आली आणि आम्हाला तिच्या घरी घेऊन गेली. तिथं गेल्यावर समजलं, की तिच्या एका नातेवाईकाला कुणीतरी सोबतीला हवं आहे. ती बी. ए. ची विद्यार्थिनी होती. तिला घरचंच कुणीतरी सोबतीला हवं आहे. सैनाबानं मला खात्री दिली, की तिथं झीनूला घरच्या सदस्यासारखं वागवलं जाईल.

"नको," मी म्हणाले, "मला तिला दुसऱ्याच्या घरी ठेवण्याचा फार वाईट अनुभव आहे. मी भीक मागून तिला सांभाळीन."

पण तिनं मला ठाम खात्री दिली, की तिथं झीनूला अगदी नीट वागवलं जाईल. म्हणून मी तिला त्या कुटुंबात जाऊ दिलं आणि मी आटिंगरा मशिदीत गेले. तिथं जाऊन दहा-बारा दिवस होतात तोच झीनू गेली होती त्या कुटुंबातून निरोप आला. सैनाबा झीनूला तिथं आणण्याचा मोबदला म्हणून दोन हजार रुपये उकळून निघून गेली होती. तिनं तिची पालक असल्याचं भासवलं होतं.

मला तिथं हायड्रोस नावाची एक व्यक्ती ठाऊक होती. तो मला मदत करत असे, अधूनमधून पैसे देत असे. त्याचं माझ्यावर एकतर्फी प्रेम होतं. मी त्याला या संकटाविषयी सांगितलं.

"तिला परत घेऊन ये," असं म्हणून त्यानं मला दोन हजार रुपये दिले,

"आपण तिच्यासाठी दुसरं ठिकाण शोधू."

मी तिला परत आणलं आणि आम्ही पुन्हा येरवडीला राहायला गेलो.

त्यानंतर रमजानचा महिना आला. उपासाच्या काळात तिथं येणाऱ्या लोकांची संख्या रोडावते, म्हणजेच आमची मिळकतही कमी होते. माझा खिसा हलका होत होता. माझ्या मनात आलं, आपण कुठंतरी स्थिरावण्याची हीच वेळ आहे. माझ्याजवळ मदतीतून मिळालेले थोडे पेसे होते, पण ते लवकरच संपणार होते.

पुन्हा देहविक्रयाच्या धंद्यात

काय करावं काहीच समजत नव्हतं. अशा अवस्थेत मी पुन्हा तिरुवनंतपुरमला आले. माझ्या पोटातील गाठीनं माझ्या केसांत रूपेरी तारांचं जाळं विणलं हातं. मी केसांना काळा डाय करून घेतला. शिवाय मी पुन्हा देहविक्रय करायला सुरुवात करायचं ठरवलं.

मी तिरुवनंतपुरम मधल्या एका नातेवाईक बाईला विचारलं, की "मी तुला महिन्याला तीनशे रुपये दिले तर तू माझ्या मुलीला आसरा देशील का?"

तिनं नकार दिला.

"तरुण मुलीला? नाही... ते नाही जमणार."

मग मी तिथं राहणाऱ्या सुनेकडं गेले, "मी थ्रिशूरमध्ये बारीकसारीक काम शोधीन. तू झीनूला मदत करशील का?"

ती म्हणाली, "काकी मी इथं कशीबशी जगतीय. माझी सासू आणि तीन नणदा सतत माझ्याशी कचाकचा भांडत असतात."

मी तिला म्हणाले, "तुझ्यात धाडस असेल तर तूच इथून बाहेर पड. माझ्या मुलीला सांभाळ."

मग आम्ही तिथं शेजारीच एक छोटं घर घेतलं. मी महिना सहाशे रुपये भरायला तयार आहे हे समजताच माझा नवरा साक्षात अवतरला... तारणहाराची भूमिका वठवण्यासाठी!

"तू तिला सुनेबरोबर राहू देऊ नकोस. मी तिला माझ्या बहिणींकडं ठेवीन."

"ठीक आहे," मी संमती दिली.

"एक काम कर. तुझ्या बहिणींना विचार, त्यातली कोण तयार होतीय ते आपण पाहूया."

तो लगेच विचारायला गेला. सगळ्याच्या सगळ्याजणी झीनूला ठेवून घ्यायला नाखूष होत्या. ती त्यांच्याच एखाद्या मुलाच्या प्रेमात पडली तर? ती कुणाचा हात धरून पळून गेली तर?... अखेर तो निराश होऊन हात हलवत परत आला.

मी म्हणाले, "हे असं आहे. तुझ्या बहिणी तिला सांभाळायला तयार

नाहीत. ही सून तयार आहे. तिला झीनू कुणाबरोबर पळून जाईल याची भीती वाटत नाही, आणि समजा ती इथून सुटण्यासाठी पळून गेलीच तर ते चांगलंच होईल, असं तिचं मत आहे."

मी पुन्हा एकदा थ्रिशूरला परत आले. तो १९९९ सालाचा प्रारंभ होता. मी आठवड्यातून दोनदा झीनूला भेटायला तिरुवनंतपुरमला जायची. मी भरपूर पैसे कमवत होते, महागड्या हॉटेलांमधून खाद्यपदार्थ आणत होते. हे सगळं काय चाललंय ते झीनूला समजत नव्हतं, पण आत कुठंतरी ती अस्वस्थ होत होती. तिनं खोदून विचारायला सुरुवात केली... हे कुठून आणलं? हे तुला कसं मिळालं? मग मी तिला सांगायची, की मला एक माणूस मदत करतोय आणि आपल्याला कसंतरी करून रोजची हातमिळवणी करायला पाहिजे ना, पापांनी आपल्याला टाकलंय, त्यामुळं मला हे करावं लागतंय.

मी घरी मोठ्या रकमेत पैसे आणू लागले तेव्हा मी तिला देहविक्रयाबद्दल सांगितलं.

"मी एका रात्रीत हजार रुपये मिळवू शकते... आणि आता लवकरच मी तुझ्याकडं येऊ शकेन."

मला लवकरात लवकर तिच्याजवळ राहायला यायचं होतं. कारण ती अत्यंत गैरसोयीच्या जागेत राहत होती. तिथं ती आरामात आहे की नाही तेसुद्धा मला कळत नव्हतं. त्या दोघींनाही, विशेषत: सुनेला माझ्या मिळकतीच्या स्रोताबद्दल शंका येऊ लागली.

मग मी मुलीला सांगितलं, की "उम्मा हे काम करते."

माझ्या मुलीची नेहमीच एक सवय राहिली आहे; अजूनही आहे. तिला एखादी गोष्ट आवडली नसली तरी ती तसं दाखवत नाही. ती गप्प राहते. उघडपणे नाराजी न दाखवता ती जे काही समोर येईल ते स्वीकारते. त्यामुळं मी अजूनही असं म्हणू शकत नाही, की तिनं मला पूर्णपणे स्वीकारलं आहे.

■

---

१. *बहीण*

२. *मल्याळी भाषेत 'मायिल' म्हणजे मोर, पण 'मायिर' हा अश्लील शब्द आहे. त्या छोट्या मुलीला अर्थातच त्याचा अर्थ समजला नव्हता.*

४

कामगार संघटना

अशा प्रकारे जीवन जिकडं नेईल तिकडं वाहत जगताना... कधी देहविक्रय, कधी इतर कुठलं काम, असं आयुष्य पुढं सरकत असतानाच, माझा 'ज्वालामुखी'शी संबंध येऊ लागला. तेव्हा मी देहविक्रयाच्या व्यवसायातच राहण्याचा ठाम निर्णय घेतला. शारदा, ललिता आणि इतर काही बायकांनी ही संघटना स्थापन केली होती. या सगळ्याजणी त्या संघटनेसाठी काम करत होत्या. मी या आधीच स्थापन झालेल्या संघटनेत नंतर सहभागी झाले, या संघटनेच्या निर्मितीत माझा सहभाग नव्हता.

एके दिवशी मी तिरुवनंतपुरमहून थ्रिशूरला परत आले होते. 'म्युनिसिपालिटी कम्फर्ट स्टेशन' बाहेर तिथल्या माणसाशी माझा मोडीवरून वाद चालला होता. तिथं जवळच उभ्या असलेल्या दोन बायका हे दृष्य पाहत होत्या.

त्या माझ्याजवळ येऊन तिरस्कारयुक्त स्वरात फिस्कारल्या, "तुझ्यासारख्या नमुन्यांना कधीच काही चांगलं मिळणार नाही."

मी स्तिमित झाले. माझी त्यांच्याशी ओळख ना पाळख, आणि या इथं येऊन सरळ मला झापतायत?

त्या विचारत होत्या, "तू इथंच का गोंधळ मांडला आहेस? त्यापेक्षा आमच्या कार्यालयात चल."

अशा प्रकारे माझा या कार्यालयाशी परिचय घडला. त्यांनी मला सांगितलं, की कार्यालय अन्चेरीला आहे, म्हणजे थ्रिशूरपासून पाच किलोमीटरवर. त्याच दिवशी सायंकाळी मी रिक्षा करून अन्चेरीला गेले. ते ठिकाण शोधणं फारसं कठीण नव्हतं. कारण त्यावेळी 'ज्वालामुखी' हे नाव सुप्रसिद्ध झालं होतं. या संघटनेत सहभागी होणारे 'ज्वालामुखीकर' म्हणून ओळखले जात असत. त्या दिवशी मला इतकी लाज वाटली, की मी आत गेलेच नाही.

दुसऱ्या दिवशीही मन लाजेच्या विळख्यात होतंच, तरीही मी आत गेले. ते घर

अन्चेरीच्या मध्यात वसलेलं होतं. तिथं एडस्‌विषयक वर्ग सुरू होता. मला नंतर समजलं, की गुरुवायूर श्रीकृष्ण कॉलेजचे प्रोफेसर गोकुळदास यांनी तो वर्ग घेतला होता. देहविक्रय करणाऱ्या बऱ्याच बायकांनी त्यांचे अनुभव सांगितले. पोलीस आमच्या कामात कसा हस्तक्षेप करतात, गिऱ्हाईकांचे कसे निरनिराळे नमुने असतात अशा विषयांवर तिथं मुक्त चर्चा सुरू होती. हे सगळंच मला अगदी नवीन होतं.

त्यानंतर मी तिथं दुसऱ्या बैठकीला गेले. तोवर मी संघटनेची जवळपास कार्यकर्ती बनले होते. प्रत्येकजण आपापल्या समस्यांबद्दल बोलत होती, पण त्यातून काय मार्ग काढायचा, याबद्दल कुणीच बोलत नव्हतं. सोमवारी- मला पोलिसांनी मारलं, मंगळवारी- पोलिसांनी मला ठोसा लावला, मवाल्यानं माझ्यावर झडप घातली, मला माझ्या घरातून बाहेर काढलं, दुकानदारानं माझा पाणउतारा केला... अशा तक्रारींचा पाढा सुरू होता.

पण त्याला प्रत्युत्तर कसं द्यायचं याबद्दल कुणी अवाक्षरही काढत नव्हतं. मला हे सगळं निरर्थक वाटत होतं. आम्ही म्हणायचो, की आमची संघटना आहे, या संघटनेची ताकद आहे. आम्ही पोलीस ठाण्यात जात होतो, लोकांना भेटत होतो, बैठका आयोजित करत होतो, आमच्या समस्या बोलून दाखवत होतो, पण आम्ही त्यातून काही मार्ग काढण्याबद्दल कधीच बोलत नव्हतो. मला समजेना, असं का? काही काळ मी शांत श्रोत्याची भूमिका स्वीकारली. पण थ्रेसिया बोलू लागताच, मी प्रश्न विचारला. थ्रेसिया धडाडीची बाई होती, तिच्या मनात आलं तर ती आख्ख्या थ्रिशूरला आडवं करू शकली असती. ती कुठल्याही पोलिसाला 'हॅन्डल' करू शकत असे. माझा प्रश्न होता, की आपण फक्त या तक्रारींना वाचा फोडतो, पण आपण या तक्रारीचं निराकरण का करू शकत नाही?

त्यावर पॉलसन थोडे त्रस्त होऊन म्हणाले, "ती आपल्याकडं आली आहे कारण तिच्याकडं समस्येवरील तोडगा नाही, बरोबर?"

मी तत्क्षणी त्यांना स्मरण करून दिलं, की सुरुवातीला तुम्हीच आम्हाला सांगितलं होतं, की आमच्या समस्यांवर तोडगा शोधण्यासाठी ही संघटना स्थापन झाली आहे.

"तुझ्याजवळ काही कल्पना असली तर आम्हाला का सांगत नाहीस?" ते म्हणाले.

माझं बोलणं तिथं कुणालाही पटेल अशी मला किंचितसुद्धा आशा नव्हती. प्रत्येकजण छळवणुकीच्या, वणवण भटकंतीच्या कहाण्या सांगत होती.

मी माझी सूचना मांडली. तिथं जमलेल्या लोकांनी कुठल्या परिस्थितीत पोलीस अटक करतात त्याबद्दल सांगितलं होतं. सगळ्यांची कहाणी तीच होती- पोलीस अटक करतात, मग वकीलाकडं जायचं, न्यायालयात दंड भरायचा, पुन्हा पोलीस

अटक करतात... असं चक्र होतं. बऱ्याचजणांनी वकीलाला किती पैसे द्यावे लागतात त्याबद्दल सांगितलं. हे अगदीच अनावश्यक होतं. दंड भरायला वकीलाची का गरज भासते? खरं पाहता आम्ही कुठलाही गुन्हा करत नाही. मग आपण आपल्याला शिक्षा होऊ नये अशी मागणी करून आपली केस लढवली पाहिजे.

बरेचजण साशंक होते. ''हे अशक्य आहे,'' त्यांचं मत पडलं.

मी म्हणाले, ''नाही, तुम्ही चुकताय. जर तुमच्याजवळ जामीन द्यायला दोन माणसं असतील, तर तुम्ही कसलाही गुन्हा केलेला नाही असा युक्तिवाद करू शकता. तुम्ही तुमची केस चालवून ते सिद्धही करू शकता.''

त्यावर कुणीतरी म्हणालं, की आपण गुन्हेगारीच्याच क्षेत्रात नाही का?

''हाच तर पेच आहे,'' मी उत्तरले, ''हा गुन्हा आहे असं तुम्हालाच वाटत असेल, तर तुम्हाला नक्की शिक्षा होणार. तुम्हाला आपण डाका घालतोय असं वाटत असेल तर सर्वप्रथम तुम्हाला स्थानिक लोक बदडून काढतील, मग पोलीस ठोकतील आणि त्यानंतर न्यायालय शिक्षा सुनावेल. आपण गुन्हेगार कसे? कोणत्या अर्थानं? आपल्याकडं येणाऱ्या माणसाला कधी शिक्षा का होत नाही? तोसुद्धा गुन्हेगार नाही का?''

त्यानंतर प्रश्न उपस्थित झाला की 'त्या' माणसाला कसं काय पकडायचं?

''या वृत्तीमुळंच आपल्याला समस्येतून काही मार्ग शोधता येत नाही,'' मी म्हणाले, ''तुम्हाला वाटतं की आपणच चूक आहोत. वकील आपल्याकडून पैसे उकळतात, आपल्याला शिक्षा मिळवून देतात आणि आपल्याला दंडाची रक्कम भरायला लावतात. त्यांना आपलं प्रतिनिधित्व करण्याची पर्वा नसते.''

या संभाषणानंतर सुरुवातीला वैतागलेल्या पॉलसनमध्ये उत्साह संचारला. ते मला प्रोत्साहन देऊ लागले. त्यांनी मला विचारलं, आपण या संदर्भात काय करू शकतो? या संभाषणादरम्यान अतिशय सविस्तर चर्चा घडली. या मार्गातील पहिला अडसर होता- जामीन कोण राहणार? त्यासाठी कर भरल्याची पावती लागते. बऱ्याचजणींचे प्रेमी होते किंवा कुटुंबं होती. पण अडचण अशी होती की त्यांना हे कोण सांगणार?

मग मी म्हणाले, ''आपल्या संघटनेनं प्रामुख्यानं हेच काम करायला हवं, समजा तुम्हाला पकडलं तर मी तुमच्या मदतीला यायला हवं. समजा मी अडकले तर तुम्ही मला त्यातून सोडवायला हवं.''

त्यावर कुणीतरी विचारलं, ''जामिनावर सोडवलेली व्यक्ती नियमित हजर राहिली नाही तर काय करायचं?''

मी म्हणाले, ''आपण काही कुणालाही जामिनावर सोडवायचं नाही. आपला ज्यांच्यावर विश्वास आहे, त्यांनाच जामीन राहायचं. ज्यांना कुणी इतर मित्र

असतील, ज्यांचा त्यांच्यावर विश्वास असेल, त्यांना जामीन राहू दे.''

त्यानंतर वकीलाची गरज पुढं आली. ते ठरवताना आमची चर्चा चांगलीच उत्साहपूर्ण बनली.

अखेर, ही चर्चा, 'हे सगळं सार्वजनिकरीत्या जाहीर कोण बोलणार' या मुद्द्यावर येऊन ठेपली... मांजराच्या गळ्यात घंटा कुणी बांधायची? आपण बंद दाराआड बैठका घेऊन थांबता कामा नये, आपण सार्वजनिक सभा घेण्याची गरज आहे, अशी मी मागणी केली. यापूर्वी आमच्या काही सार्वजनिक सभा झाल्या होत्या, पण आमच्याच गावात नाही. मी, त्यांना बोलायला तयार असल्याचं सांगितलं.

माझं पहिलं जाहीर भाषण

पुढच्याच आठवड्यात नगरपालिका कार्यालयासमोर सभा आयोजित केली होती. तिथं मला ध्वनिक्षेपक देऊन बोलायला सांगितलं. खरं सांगते, असं लोकांसमोर उभं राहून बोलताना मनावर काय दडपण येतं ते मला त्याक्षणी समजलं. भीतीनं माझे हात थरथरू लागले. काय बोलायचं याबद्दल माझा काहीच विचार झाला नव्हता. मला फक्त इतकंच कळत होतं, की मला जे काही सांगायचं आहे ते नरड्यातून मोठ्या व स्पष्ट आवाजात फुटलंच पाहिजे...अगदी राजकारण्यांसारखं.

मी माईक हातात घेऊन म्हणाले, ''आपण इथं देहविक्रय करणाऱ्यांच्या संघटनेसाठी जमलो आहोत. आपल्याला आपल्या हक्कांचा आदर व्हायला हवा आहे. पोलिसांनी आपल्याला मारू नये. मवाल्यांनी आपल्याला उपद्रव देऊ नये.''

इथवर आल्यानंतर माझा कंप थांबला. त्यानंतर मी या बाबींशी निगडित बऱ्याच गोष्टींवर बोलले.

''हा गुन्हा करणाऱ्या आपण एकमात्र व्यक्ती नाही. आपल्याकडं येणाऱ्यांमध्ये वकील आहेत, डॉक्टर्स आहेत, उद्योगपती आहेत. ही सगळी माणसं आदरप्राप्त आणि फक्त आम्ही गुन्हेगार हे मानणं योग्य आहे का?''

माझं भाषण ऐकताच, दूरवर विखरून उभी असणारी माणसं जवळ येऊन ऐकू लागली आणि चांगली गर्दी झाली. त्यांना सर्वांनाच मी सर्वांत आधी कुणाचं नाव घेते याची उत्सुकता होती.

ही सार्वजनिक सभा व्यासपीठावर नव्हती. गर्दी जवळपास आम्हाला खेटायला आली होती. त्यानंतर पुढं काय बोलावं ते मला समजेना.

मग मी इतकंच म्हणाले, की ''तुमच्यापैकी कुणालाही माझं बोलणं चुकीचं वाटत असेल, तर कृपया पुढं येऊन तसं सांगा.''

सगळ्यांनी मला अभिप्राय दिला, ''नलिनी, छान बोललीस!''

त्यामुळं माझं भय आणि कंप दूर पळाला आणि माझ्यात बराच आत्मविश्वास निर्माण झाला. हे सर्व ऐकून पुढच्या आठवड्यात मैत्रेयन आले. यामुळं माझा उत्साह दुणावला. मैत्रेयन व जयश्री तिरुवनंतपुरममध्ये सक्रिय असल्याचं मी ऐकून होते, पण मला त्यांच्याविषयी फारशी माहिती नव्हती. अखेर, मोर्चाला प्रारंभ झाला त्यावेळी आमच्यासोबत असणाऱ्या देहविक्रय व्यवसायातील तीनशे-साडेतीनशे बायकांपैकी फक्त नऊजणी त्यात सहभागी झाल्या. आमच्यासोबत नंदिनी, वकील, मैत्रेयन, तिरुवनंतपुरमहून त्यांच्यासोबत आलेल्या दोन महिला आणि पॉलसन होते. फक्त दहा ते चौदा माणसांचा मोर्चा! नंदिनी मोर्चाच्या प्रारंभी वाहनात बसून घोषणा देत होती. मोर्चा हा मोर्चा वाटायचा तर घोषणा हव्यातच! सर्वजण चुपचाप होते.

थोड्या वेळानं मी घोषणा दिली, ''पोलिसांनो न्यायानं वागा!''

ही घोषणा मी मोठमोठ्या मोर्चांत ऐकली होती! मला मार्क्सवादी पक्षाचे मोर्चे पाहण्याची सवय होती. 'इन्किलाब'विना मोर्चाची कल्पनासुद्धा करता येत नाही.

माझ्या शेजारच्या मॉलीनं घोषणा दिली, ''पोलिसांची गुंडगिरी थांबवा!''

मी तिला सावध करत म्हणाले, आपण फक्त ''पोलिसांनो न्यायानं वागा'' एवढंच म्हणूया, गुंडगिरी वगैरे नको म्हणायला.

पण मैत्रेयन आम्हाला उत्तेजन देत म्हणाले, तुम्ही म्हणा, काही बिघडत नाही.

ते म्हणाले, ''तुम्ही 'गुंडगिरी' म्हणू शकता. तुम्हाला कशाला घाबरायचं कारण नाही.''

त्यानंतर आम्ही तोंडाला येतील त्या घोषणा देत आगेकूच केली. आम्ही तेक्किनकाडू मैदानाला वळसा घालून जिल्हाधिकारी कार्यालयाजवळ आलो. तिथं पोलीस लाठ्या घेऊन वाट पाहत होते. मैत्रेयननी त्यांना सांगितलं, की आम्ही इथं आणखी एकदा घोषणाबाजी करू आणि त्यानंतर मोर्चा विसर्जित करू. तिथल्या एका पोलिसानं मला ओळखलं.

त्यानं मॉलीला बाजूला बोलावून विचारलं, ''ही कोण आहे?''

मी त्या भागात जवळजवळ वीस ते सव्वीस वर्षे असले तरी पोलिसांना मी फारशी माहीत नव्हते. जुन्या पोलिसांना माहीत होते, नव्यांना नाही.

मॉली म्हणाली, ''सार, ती तर जुनीच आहे.''

''जुनी?''

''तुम्हाला आठवत नाही... बऱ्याच दिवसांपूर्वी तुम्ही तिला दोनशे रुपये दिले होते...?''

मी एकदा एका पोलिसाकडून दोनशे रुपये घेतले होते आणि त्याच्याबरोबर बाहेर न जाताच सटकले होते. त्यानं माझ्याकडं बघून दुरूनच गोड हास्य फेकलं. त्यामुळं मी धीट बनले.

ही १९९९ सालातील गोष्ट आहे. त्याच वर्षाच्या अखेरीस आणखी एक कार्यक्रम झाला. 'एचआयव्ही व पुरुषांची भूमिका' या विषयावर परिसंवाद आयोजित केला होता. मला 'देवदासींचे सामाजिक स्थान' या विषयावर बोलायला सांगितलं होतं. मी या विषयावरील पुस्तकं चाळली. पूर्वीच्या काळी केरळला भेट देणाऱ्या अनेक पर्यटकांच्या आठवणींवर आधारीत पुस्तकात त्यांनी इथं पाहिलेल्या 'अम्माचिवीडुकल'ची वर्णनं आहेत. मी हे सगळं कागदावर उतरवून काढलं. माझी कल्पना होती, की त्या परिसंवादात आपण हे वाचून दाखवायचं. मला पहिल्यांदा बोलायचं होतं. तशी संधी मिळाली नसती, तर मला माझ्या आधीच्या वक्त्यांची फक्त री ओढावी लागली असती. माझ्यानंतर ललिता आणि शारदा बोलणार होत्या. मी फार पूर्वी मुवाटूपुरा व थ्रिशूर इथं असणाऱ्या दोन देवदासी कुटुंबांबद्दल बोलले. त्याकाळी त्यांना देवदासी म्हटलं जात नसे. त्यांचा 'कूथिची' किंवा 'तेविदिची' असा उल्लेख होत असे, अर्थातच हे आमच्यावर फेकले जाणारे आवडते गलिच्छ शब्द आहेत. हे भाषण माध्यमिक विद्यालयाच्या सभागृहात होतं. आमच्यासमोर माईक होता. भाषणातील 'कूथिची' व 'तेविदिची' असले वेचक शब्द कानी पडताच तिथं झटपट गर्दी झाली. सगळं सभागृह गच्च भरलं. त्यामुळं मी कागदावर लिहून आणलेलं सगळं बाजूला ठेवलं. मी त्या काळाची व आजची तुलना केली, आजच्या परिस्थितीविषयी बोलले. आज आम्हाला वेश्या किंवा देहविक्रय करणाऱ्या बायका असं म्हटलं जातं, ते अगदी बरोबर आहे, पण आम्हाला 'पेट्टी' किंवा 'तट्टी' असली मूर्ख संबोधनं वापरू नयेत असं मी आग्रहानं नमूद केलं.

''आम्हाला त्या काळातल्यासारखा दर्जा व स्थान देण्याची गरज नाही, पण आमचा अपमान करू नका, आम्हाला त्रास देऊ नका....'' आणि अशा प्रकारे मी बोलायला सुरुवात केली, राजकारणी बोलतात तसं. तिथं सोळाजणींना अटक झाली होती. त्या बायकांच्या गिऱ्हाईकांना मात्र अटक झाली नव्हती, ही गोष्ट निदर्शनाला आणून देण्यासाठी मी ही आकडेवारी सादर केली होती. पण परिसंवादाला वेगळंच वळण मिळू लागलं. ही सामाजिक स्वास्थ्य कार्यक्रमात (PSH) भागीदारी आहे या गोष्टीचं मला भान होतं. मी माझ्या श्रोतृवृंदाला स्मरण दिलं, की एचआयव्ही लैंगिक सुरक्षा साधनांच्या वापरातील हलगर्जीपणामुळं उद्भवतो. त्यावर श्रोत्यांतून एक कॅथॉलिक डॉक्टर उठून उभे राहिले आणि कॉन्डोम वापरू नये असं सांगू लागले, ते निसर्गाच्या विरुद्ध आहे, असं त्यांचं मत होतं.

मी त्यांचा चिडवलं, त्यापेक्षा प्रखर आराधना करावी म्हणजे सगळा आजार बरा होईल, तुम्ही सगळे वैद्यकीय उपचारही थांबवावेत!

आता परिसंवादात वादळी चर्चा झडू लागल्या. त्यात त्या डॉक्टरला पाहुणा म्हणून बोलावलं होतं. मैत्रेयनची पद्धत म्हणजे जे घडेल ते घडू द्यायचं. त्यांनी

कुठल्याच मुद्द्यावर विषय थांबवायचा कधीही प्रयत्न केला नाही.

कार्यक्रमानंतर लोक माझ्याभोवती गोळा झाले. त्यांना माझ्याबद्दल जाणून घेण्याची, मी या व्यवसायात कशी आले हे ऐकण्याची उत्सुकता होती.

मी त्यांना मी देहविक्रय करणारी बाई आहे हे सांगताच त्यांची प्रतिक्रिया आली, ''अच्छा! म्हणजे मैत्रेयननी तुला हे बोलायला शिकवलं असणार, पॉलसननी तुला नीट तयार केलंय, ते तुला बऱ्याच गोष्टी बोलायला लावत आहेत!''

माझं भाषण मीच तयार केलं असलं तरी लोक मैत्रेयन किंवा पॉलसन यांना त्याचं श्रेय देण्यास उत्सुक असतात. मग मी आवर्जून सांगू लागले, की मैत्रेयन किंवा जयश्री देहविक्रयाच्या व्यवसायात नाहीत, ते केवळ आमच्या आधारसमूहाचे सदस्य आहेत.

अपघात

मी रामनिलयममध्ये पुढाकार घेतल्यानंतर, तीन महिन्यांनी पोलिसांनी पुन्हा मला पकडलं. ते आणीबाणीचे दिवस होते, आणि मला विनाकारण अटक झाली होती. मला गोपालकृष्णन नावाच्या एका पोलिसानं येऊन सांगितलं, की इन्स्पेक्टरना तुला भेटायचं आहे. त्यांनी मला मी दिवसा उभी असायची ते ठिकाण विचारलं.

मी म्हणाले, 'कल्लूरजवळ एक मशीद आहे, तिच्याजवळ.'

''ठीक आहे, रात्री तिथं ये,'' तो म्हणाला.

मला वाटलं तो मला न्यायला येणार आहे. माझी त्या काळची युक्ती म्हणजे पोलिसांना गिऱ्हाईकाप्रमाणंच रिझवून त्यांच्याशी गोडीत राहायचं. मी तिथं रात्री साडेनऊपर्यंत वाट बघितली. पण कुणाचाच पत्ता नव्हता. तिथले लोक मला इथं का उभी आहेस असं विचारत होते. त्यावर मी त्यांना सांगितलं, की एका पोलीस अधिकाऱ्यानं मला इथं थांबायला सांगितलं आहे. लोक पोलिसांना घाबरून असायचे.

मी तिथं नुसतीच वाट बघत उभी होते, तितक्यात दोन माणसं त्या रस्त्यावरून येताना दिसली. ते हातभट्टीची दारू बनवणारे असावेत असं वाटत होतं. ते हातभट्टीची दारू गाळण्याबद्दल मोठमोठ्यानं बोलत होते. त्यांना येताना पाहून मी रस्त्यापलीकडच्या चहाच्या टपरीकडं धावत गेले आणि तिथं मागच्या दारातून बाहेर पडले. या ठिकाणी मी दिवसा बरेचदा जायची, पण तिथं मागच्या अंगणात काय आहे ते मला माहीत नव्हतं. मी अंधारात पाऊल टाकलं आणि पायाखाली काहीतरी ओलं लागलं. मला वाटलं ती चिखलाची दलदल असेल, म्हणून मी त्यातून पाय बाहेर काढायचा प्रयत्न केला... पण मी विहिरीत पडले होते!

मला बुडताना वाटलं आता संपलंच! मी पहिल्यांदा वर आले, पण नंतर मात्र खाली-खाली जाऊ लागले. मात्र, दुसऱ्यावेळी मी विहिरीच्या कडेला वाढलेली

गवताची पाती कशीबशी पकडली आणि त्या आधारे लटकत राहून, शक्य तितक्या मोठ्यानं किंचाळू लागले, पण माझा आवाज कुणाच्याच कानी पडला नाही. हे खेडं आहे, इथं रात्री आठनंतर कुणीही बाहेर पडत नाही. मी कुणाचं नाव घेऊनही हाक मारू शकत नव्हते. तिथं शेजारीच एका ख्रिश्चन कुटुंबाचं घर होतं, मी त्या घरातल्या बाईला शक्य तितक्या मोठ्यानं कोकलून बोलवायचा प्रयत्न केला, पण तिला ऐकू गेलं नाही. मी काहीवेळ तशाच अवस्थेत राहिले. भय आणि थंडीमुळं माझी शुद्ध हरपत होती. सव्वाअकरा वाजता कंपनीचा भोंगा होतो. मी त्या आवाजानं थोडीशी भानावर येत पुन्हा जोरजोरात किंचाळू लागले. त्यानंतर काही माणसं तिथं आली. गस्तीचे पोलीससुद्धा आले आणि त्यांनी शिडी लावून मला वर काढलं.

यातसुद्धा एक गंमत होती. तो मंडल निरीक्षक आणि त्याच्यासोबत असलेला पोलीस ड्रायव्हर दोघंही माझे गिऱ्हाईक होते. तुम्ही त्यांची अवस्था पाहायला हवी होती! मला जवळच्या खाजगी रुग्णालयात नेण्यात आलं. त्यांना विद्युत उपकरणाच्या मदतीनं माझ्या देहात उष्णता चेतवावी लागली. त्यानंतर मला ठाण्यात नेण्यात आलं.

ही दोन्ही माणसं असहाय्य होती. ते माझी मदत करू शकत नव्हते. तिथं आणखीही काही पोलीस होते. सर्वसामान्यपणे एखादीला पोलिसांच्या गाडीतून आणतात तेव्हा ड्रायव्हर सांगतो,

''सार, ही बाई अमूक ठिकाणी दिसली, तमूक ठिकाणी दिसली...''

पण इथं मात्र ड्रायव्हर अगदी चूपचाप होता. अखेर, माझ्या भावाला म्हणजे, ज्या माणसाला मी भाऊ म्हणून उभं केलं त्याला बोलावून घेतलं आणि माझी त्याच्यासोबत रवानगी केली.

विहिरीत पडणं आणि लोक एखाद्याच्या मदतीला पुढं होण्यास कसे असहाय्य असतात हे प्रत्यक्ष बघणं हे दोन अनुभव आजही माझ्या मनात खोलवर रुतून आहेत. ती बिकट अवस्था अत्यंत प्रेक्षणीय होती! त्यानंतर ते दोघंजण बरेचदा मी बसायची त्या ठिकाणी आले, पण ते निघून जायचे. ते एक शब्दसुद्धा बोलू शकले नाहीत.

♦

थ्रिशूर जिल्हा रुग्णालयाजवळचा एक रिक्षावाला आम्हाला नियमित कामावर नेऊन सोडत असे व परत घेऊन येत असे. एके दिवशी एका माणसानं मला बोलावलं आणि पक्ष कार्यालयात तिष्ठत ठेवलं. ते मार्क्सवादी पक्षाचं कार्यालय होतं. आम्ही दिवसभरात रिक्षातून बरेचदा त्या कार्यालयावरून ये-जा करायचो.

तिथल्या काही कार्यकर्त्यांना वाटलं असावं, की मला त्या माणसासाठी आणलं आहे. त्यांनी त्याला दणका द्यायचं ठरवलं. आम्हाला या बेताची काहीच कल्पना नव्हती. आम्ही संध्याकाळी टेकडीवरच्या झोपडीत गेलो. रात्री दहा-अकरा वाजले असतील. आम्ही तिथंच होतो, पण तो माणूस तिथं येऊ शकत नव्हता. त्याच्यावर पहारा होता. आम्हाला कळेना, की हा माणूस का येत नाहीये?

आम्ही त्याची वाट बघत होतो, तितक्यात अकस्मात आम्हाला चार बाजूंनी वेढा बसला. चंबळच्या लुटारूंसारख्या, हातात बॅटऱ्या परजत आलेल्या काही माणसांनी मला पकडून चौकश्या सुरू केल्या. त्यांना माझ्या गिऱ्हाईकाचं नाव जाणून घ्यायचं होतं.

"मला माहीत नाही," मी त्यांना सांगितलं, "मला इथं ज्या माणसानं आणलं, त्यानं मला गिऱ्हाईक कोण आहे ते सांगितलं नाही."

माझ्याकडून काहीच हाती लागत नाही म्हटल्यावर त्यांनी रिक्षावाल्याकडं मोर्चा वळवला.

त्यांनी त्याला धमक्या दिल्या, "तू कुणा राजन नावाच्या व्यक्तीसाठी हिला घेऊन आला आहेस की नाही ते बोल," असं म्हणून त्याच्यावर प्रश्नांची सरबत्ती केली. मी हे सगळं नाकारत राहिले.

अखेर, त्यांनी मार्ग शोधला.

"तू इथंच थांब, या रिक्षावाल्याला जाऊ दे. तुझ्याकडं कोण येतो ते आम्हाला शोधायचं आहे."

मी याला कबूल झाले.

आम्ही दोन टेकड्यांमधून वाहणाऱ्या ओढ्याच्या काठावर उभे होतो. ती पाच ते आठ माणसं होती. त्यांनी माझ्याभोवती कडं केलं होतं. काळाकुट्ट अंधार होता. कुणाचा चेहरा बघायचा म्हटलं तरी बॅटरी पाहून बघावं लागलं असतं, इतक्या मिट्ट काळोखात आम्ही उभे होतो. मी थोड्यावेळानं खाली बसले आणि हळूहळू गवतामध्ये लपू लागले. त्यांच्या कड्यातून सुटका करून घेत मी काही अंतर पार केलं. तिथं 'यू' आकाराचं एक झुडूप होतं. तिथं विषारी साप-किरडांचा भरपूर वावर होता, पण मी तिथं जाऊन लपले.

मी सटकल्याचं थोड्याच वेळात त्यांच्या लक्षात आलं. त्याबरोबर त्यांनी वेडेपिसे होऊन मला शोधायला सुरुवात केली. त्यातले काहीजण रस्त्यावर धावले, काहीजण झोपडीकडं गेले. त्यातले दोघंजण मी लपलेल्या ठिकाणच्या अगदी जवळ आले. मला वाटतं त्यांनी मला सटकताना पाहिलं असावं. पण ते गप्प राहिले आणि त्यांनी गुपचूप मला रिक्षात नेऊन बसवलं.

मला कुठल्याशा अदृष्य शक्तीनं वाचवलं. नाहीतर, माझी खात्री आहे, की

त्यांची राजनला रंगेहाथ पकडण्याची आतुरता ओसरल्यानंतर, त्यांनी मला वापरून घेण्याचा विचार नक्कीच केला असता. त्यांच्यापुढील मोठा प्रश्‍न होता, पहिला नंबर कुणाचा! अर्थातच त्या सगळ्या सन्माननीय व्यक्ती होत्या, राजनला हे कृत्य करताना पकडण्यासाठी आलेल्या सन्माननीय घरंदाज व्यक्ती!

♦

'ज्वालामुखी' सोबत काम करत असताना मला आणखी एक अनुभव आला. तिथं मुलांसाठी एक पाळणाघर होतं. माझी तिथं आया म्हणून काम करणाऱ्या एका बाईच्या नवऱ्याशी भेट झाली. मला संघटनेशी संबंधित काही कामासाठी तिथं राहावं लागत होतं, त्यावेळी मी माझी मैत्रीण सुजाताच्या सांगण्यावरून या माणसाबरोबर गेले. त्यानं वल्लाच्छिरामध्ये एक भाड्याचं घर घेतलं होतं. आम्ही त्या घरी गेलो.

तो पत्ते खेळायला जाताना मला सांगून गेला, की "कुणी विचारलं तर तू माझी नातेवाईक आहेस असं सांग."

ती मोठी इमारत होती. मला ठेवण्यात आलं होतं त्या खोलीच्या शेजारची खोली एका सरबत विक्रेत्यानं भाड्यानं घेतली होती. माझ्या खोलीचं दार ज्या पद्धतीनं बंद झालं त्यावरून त्या माणसाला संशय आला. मला वाटतं, तिथं बायका घेऊन येणं सर्रास घडत असावं. तो आमच्या खोलीत डोकावला तेव्हा मी गाढ झोपले होते. त्यानं जमिनीवर जोरात लाथ हाणली. त्या आवाजानं मी जागी झाले.

त्यानं मला विचारलं, "तू कोण आहेस?"

मी त्याला सांगितलं, की "मी एका नातेवाईकाला दवाखान्यात घेऊन जाण्यासाठी आले आहे."

त्यावर तो भडकला, "तू कोण आहेस हे मला चांगलं माहीत आहे."... वगैरे बडबडू लागला.

"अरे व्वा! खरंच की काय?" मीही टोला लावला, "मग माझं काम आणखी सोपं झालं!"

त्याला वाटलं होतं की मी घाबरून त्याच्यापुढं नांगी टाकीन. तो असंच काहीवेळ बडबडत राहिला, मग निघून गेला.

तो जवळपासच्या काही बायकांना गोळा करायला गेला होता. थोड्यावेळानं त्या सर्वांनी मिळून मला शिव्यांची लाखोली वाहायला सुरुवात केली.

"माझ्यासारख्या बायकांमुळंच आपल्या देशाची वाट लागणार आहे..."

मला त्यांना सांगावंसं वाटत होतं, की आम्ही या जागेचा उकिरडा केलेला नाही, तुमच्या देशातील हेच पुरुष या कामात अगदी पारंगत आहेत! पण त्या परिस्थितीत गप्प राहणंच शहाणपणाचं होतं, म्हणून मी काहीही बोलले नाही. मी

तिथं का आले आहे, याचं खरं उत्तर दिलं नाही तर आम्ही पोलिसांना बोलवू अशी त्यांनी धमकी दिली. एव्हाना माझ्या लक्षात आलं होतं, की या माणसांच्यात फारसा काही दम नाही.

मग मी त्यांना सांगितलं, "पोलिसांना बोलवाच!"

पोलीस आले. मला अडकवणं सोपं नाही, हे त्यांच्याही लक्षात आलं. तुम्ही गांगरलेले किंवा घाबरलेले दिसलात तर तुम्हाला अडकवता येतं.

उपनिरीक्षकानं मला बाजूला बोलावून प्रश्नांची फैर झाडली.

"तू इथं का आली आहेस?"

"मी या माणसाबरोबर आली आहे," मी म्हणाले.

"तू या माणसाला किती दिवसांपासून ओळखतेस?"

"सहा वर्षांपासून."

"तुझी त्याच्याशी कुठं ओळख झाली?"

"अलुवामध्ये." (त्याचं अलुवामध्ये चपलाचं दुकान आहे, हे मला माहीत होतं.)

"तुझा त्याच्याशी काय संबंध?"

"तो माझा चांगला मित्र आहे."

"कशा प्रकारचा मित्र?"

"सार, तुमच्या मनात 'मित्र' या शब्दाची जी व्याख्या असेल, अगदी तशाच प्रकारचा मित्र."

"त्याचं वय काय?"

"छत्तीस वर्षे."

"तुझं वय काय?"

"बेचाळीस वर्षे."

यानंतर त्याच्याजवळ विचारायला काही उरलंच नाही. त्यानं माझा पत्ता विचारला. मी त्याला 'ज्वालामुखी'चा पत्ता आणि पॉलसनचा दूरध्वनी क्रमांक दिला.

हा सगळा गोंधळ संपतो न संपतो तोच मला तिथं नेणाऱ्या त्या माणसानं पुन्हा नव्यानं गोंधळ मांडला. हा त्याच्या प्रतिष्ठेचा प्रश्न बनला होता.

तो म्हणाला, की "तू आणखी एक दिवस इथं राहिली नाहीस तर मला मान वर करून फिरता येणार नाही."

मी या गोष्टीला कबूल झाले, पण माझ्यात तिथं एकटीनं झोपण्याइतकं धैर्य नव्हतं म्हणून मी शारदाला माझ्या सोबतीला आणलं.

त्या खोलीतून बाहेरच्या तिन्ही बाजूचं दिसत असे. शेजारच्या घरात चार लोक गट करून उभे होते. त्यापलीकडच्या घरातही काही लोक जमा झाले होते.

जवळपास ठिकठिकाणी वीस एक लोक जमले होते... दक्ष... पहाऱ्यावर असल्यासारखे. आम्हाला त्रास दिल्याचा सूड म्हणून गुंड-मवाल्यांची टोळी आपल्या घरावर हल्ला चढवणार त्याची त्यांना खात्री होती. सगळं वातावरण संशयानं गढूळ झालं होतं... जणू एखादा बॉम्बहल्ला अपेक्षित असावा. खरं तर, दोन निरुपद्रवी बायका त्या घरात राहत होत्या. हे वास्तव होतं! अंधारात लोकांची जा-ये सुरू होती...

रात्री अकरा वाजता आम्ही पोलिसांना बोलावलं. त्यांनी दारावर थाप दिली तेव्हा आम्ही त्यांना खिडकीशी यायला सांगिलं.

''तुम्ही पोलीस आहात याची खात्री पटली तरच आम्ही दार उघडू,'' आम्ही सांगितलं.

पोलीस खिडकीशी आले. तो मघाचचाच उपनिरीक्षक होता.

''तू इथं राहायचं ठरवलं आहेस?''

''होय.''

''तू इथं कशी राहणार आहेस?''

''भाड्यानं.''

''तू भाडेकरार केला आहेस?''

''काल शनिवार होता, आज रविवार आहे. आम्ही उद्याच करारपत्र लिहून घेणार आहोत.''

''इथल्या लोकांना, तुम्ही आणि तुमची टोळी रात्री त्यांच्यावर हल्ला चढवाल अशी भीती वाटतीय. मग आम्ही काय करायचं?''

''नाही, इथं कुणीही येणार नाहीये, कसलाही हल्ला-बिल्ला होणार नाहीये. पण जर आमच्यावर हल्ला झाला तर हल्लेखोर कोण असतील ते लक्षात घ्या. त्याची तक्रार नोंदवायला आम्ही जिवंत असणार नाही.''

आता त्यांना 'सत्य' पटलं होतं. लोकांना वाटतं, की जिंकण्यासाठी मजबूत सामर्थ्य लागतं, पण तसं नाहीये... खचितच. तुमच्याजवळ थोडी तर्कबुद्धी आणि परिस्थितीचा अंदाज घेण्याची जराशी चतुराई असेल तर अनेक संकटांचे फास सैल करणं शक्य होतं. मला याबद्दल प्रचंड आत्मविश्वास आहे!

मृत्यूशी थेट नजरानजर

माझं चवाक्काडूमधील एक गिऱ्हाईक मला आणायला रिक्षा पाठवत असे. तो घरातून बाहेर पडेपर्यंत मी रिक्षातून फिरत असे. असंच एके दिवशी गुरुवायूर रेल्वे स्टेशनच्या जवळपास रिक्षातून फिरत असताना आमच्या लक्षात आलं, की एक मोटरसायकलवाला आपला पाठलाग करतोय. आम्ही त्यांना हुलकावणी देण्याचा अनेकदा प्रयत्न केला, पण तरीही ते आमच्या मागं होतेच. आम्ही गावात शिरलो

असतो तर त्यांना चुकवता आलं असतं, पण या माणसांनी तिथं येऊन तमाशा केला असता तर आम्हाला पोलिसांनी अटक केली असती आणि रिक्षावाल्याला बेदम मारलं असतं.

त्यांना चुकवणं अशक्य आहे हे लक्षात आल्यावर मी रिक्षावाल्याला सांगितलं, की मला रस्त्यावर सोड आणि तू शक्य तितक्या वेगानं इथून पळ काढ.

मग मी रिक्षातून उतरले आणि आपल्या काही लक्षातच आलं नसल्याचं दाखवत त्या मोटारसायकलस्वारांना हाक दिली. माझ्या अनुभवावरून माझं मत बनलं होतं, की संकट अटळ आहे असं दिसलं तर, हल्लेखोरांशी सहकार्याची भूमिका घेणं हा सर्वोत्तम मार्ग असतो.

माझ्या या कृतीनं मोटरसायकलस्वार आश्चर्यचकित झाले. साधारणपणे अशावेळी बाई रिक्षातून उतरून जीवाच्या आकांतानं धावत सुटते. पण पळण्याचा काही एक उपयोग होणार नाही हे मला चांगलं माहीत होतं. पळून गेलं तर पकडलं जाणारच... वर आणखी माराची भर!

"बाई, हा काय प्रकार आहे?" त्यांनी विचारलं.

"तुम्ही मघाचपासून माझा पाठलाग करत आहात. मी विचार केला, तुम्ही चांगली गिऱ्हाईकं असाल तर तुमच्या सोबत जावं."

हे त्यांना नवीन होतं. मग त्यांनी मला मोटारसायकलवरून ब्रह्मकुलमला नेलं. मोटारसायकल एका स्वस्त धान्य दुकानासमोर थांबली. ती अर्धवट बांधकाम झालेली रिकामी इमारत होती. मला वरच्या मजल्यावर नेलं. तिथं त्यातल्या एकानं मला भोगलं. त्यानं पैसेही दिले. पण मी तिथं होते तेवढ्या वेळात त्यानं प्रश्नांच्या सरबत्तीनं माझा मानसिक छळ केला.

"तू तरुण पोरी आणू शकतेस का?"

"तू तुझ्या मुली मला भोगू देशील का?" असले ते प्रश्न होते.

हे मला चिथावण्यासाठी, भडकवण्यासाठी मुद्दाम चाललं होतं. या असल्या भोगून न थांबणाऱ्या माणसांना चांगल्या डागण्या दिल्या पाहिजेत. त्यांच्या प्रश्नांवरून त्यांची लायकी कळतेच. अशा प्रकारे आम्हाला भडकवायचं आणि नंतर आम्हाला चोप द्यायचा!

मी अगदी ऐटीत खोटं बोलले, "मला फक्त दोन मुलगे आहेत. माझा सध्या घराशी काहीही संपर्क नाही."

मी संयम ठेवून त्याच्या तावडीतून सुटले. त्यानंतर दुसरा माणूस आला. आता त्याची पाळी होती... त्यानं पैसेही दिले नाहीत. त्यानंसुद्धा मला वेडं करण्यासाठी प्रयत्नांची पराकाष्ठा केली, पण त्याचाही काही उपयोग झाला नाही. मग त्यांनी मला तिथून जवळच असणाऱ्या एका गच्चीवर नेलं आणि पहाट फुटताच तुला एखाद्या

वाहनातून नेऊन सोडतो असं कबूल करून, तिथं थांबायला सांगितलं.

ज्यांना खरंच आम्हाला आमच्या ठिकाणापर्यंत सोडायचं असतं ते आम्हाला बस स्टँड किंवा रेल्वे स्टेशन पाठीमागं सोडायची तसदी घेतात. पण या माणसांनी मला गच्चीवर नेल्यामुळं मला काहीतरी संशयास्पद असल्याचा वास येऊ लागला. मी तिथून खाली आले आणि शेजारच्या घरात गेले. तिथं साखळी बांधलेलं कुत्रं होतं. थोड्या अंतरावरून या ठिकाणचं दिसणं तसं सोपं नव्हतं. कुत्र्याला बांधलेली साखळीही चांगली लांब होती. मी अंगणातल्या नारळाच्या शेंड्यांच्या ढिगावर सरपटत चढले आणि नारळाच्या झावळ्या अंगावर ओढून घेऊन तिथं पडून राहिले. झावळ्यांच्या खिडकीतून दोघंजण परत येताना दिसले, पण त्यांना मी दिसले नाही. मी तिथं श्वास रोखून, नजर रस्त्यावर खिळवून पडून राहिले होते....

त्यानंतर एकाच आठवड्यात त्याच जागी एका तरुणीचा खून झाला. ही गुरुवायूरमधील मुलगी माझ्या माहितीची होती. डोक्यावर थोडा परिणाम झालेली अनाथ मुलगी... ती रस्त्यावरून निरुद्देश भटकत असे. कधी पैशाची गरज लागली, की देहविक्रय करत असे. या मुलीला तीन माणसांनी निर्जन अंगणात नेलं, तिथं आणखी पाच माणसं आली. या आठही जणांनी तिच्यावर बलात्कार केला तेव्हा तिनं किंकाळ्या फोडल्या, पण त्यांनी तिचा आवाज दडपला आणि ती गुदमरून मेली.

हा गुन्हा मला तिथं नेणाऱ्या त्याच ब्रह्माकुलम टोळीनं केला आहे, याबद्दल मला जराही संदेह नाही. हा खून त्याच जागेवर... ब्रह्माकुलमच्या अगदी मध्यवर्ती ठिकाणी झाला आहे. सर्व स्थानिक लोकांना हे कृत्य कुणाचं आहे हे माहीत आहे, पण ते बोलायला धजावत नाहीत. आम्ही तिथं याच्या निषेधार्थ धरणं आंदोलन केलं. मीसुद्धा त्या सभेत बोलले. पण काही उपयोग झाला नाही. अजूनही खुनी कसलीही शिक्षा न होता सहीसलामत फिरत आहेत. ज्या कोवळ्या जीवाचे प्राण गेले ती देहविक्रय करणारी होती, त्यामुळं या घटनेनं समाजमन हललं नाही... जरासुद्धा नाही.

मी मृत्यूशी थेट नजरानजर होण्याचा आणखी एकदा अनुभव घेतला आहे. एकदा मी चंद्रन नावाच्या रिक्षावाल्याबरोबर गेले. तो गुरुवायूरमध्ये 'पुलारी' नावाची रिक्षा चालवत असे. हा माणूस खरा कोण आहे हे कुणालाच माहीत नव्हतं. मी मैत्रिणींकडून ऐकलं होतं, की हा माणूस आपल्याला जाळ्यात ओढतो आणि दहा-वीस लोकांची टोळी असणाऱ्या ठिकाणी घेऊन जातो.

त्यानं मला पाचशे रुपये आगाऊ दिले आणि तो रात्री दहा वाजता, थ्रिशूरच्या लॉजवर जाऊया म्हणून आला. आम्ही थ्रिशूरला म्हणून निघालो. पण वाटेत चून्डल

व केचेरी दरम्यान निर्जन स्थळी रिक्षा बंद पडली. त्यानं सांगितलं, की इंजिनमध्ये बिघाड आहे. बरेचदा प्रयत्न करूनही रिक्षा सुरू होत नव्हती. हे सगळं नाटक चालू आहे, हे मला दिसत होतं. मग तो म्हणाला, आपण जवळच्या नारळाच्या बागेत जाऊया. मला धोक्याची चाहूल लागली. मी सुटकेचा मार्ग शोधत होतेच. आम्ही चांगल्या उंच उंच भिंतीवरून उडी मारून नारळाच्या बागेत उतरलो. तिथं सगळी दलदल होती. झाडाखाली पाण्याचं थारोळं साचलेलं होतं. तो 'आत्ता येतो' असं सांगून निघून गेला. मला सुटकेचा मार्ग दिसत नव्हता. मी बागेत कुठंही लपून बसले तरी, त्यानं मला शोधून काढलं असतं. मग शेवटी मी मोकळ्या जागेत वाळू उकरून खड्डा काढला, त्यात स्वत:ला गाडून घेतलं. वर वाळू पसरली. तिथं पडूनच मी मोजलं, एकामागोमाग एक सतरा माणसं ती भिंत पार करून उड्या मारून त्या बागेत आली. त्यांनी सर्वत्र शोधलं. मला शिंक जरी आली असती तरी मी त्यांच्या तावडीत सापडले असते!

मी त्यांचं बोलणं ऐकलं, "ती चिखलात पडली असणार... मेली असेल... उद्या सकाळी तिचं प्रेत वर तरंगत येईल."

प्रेत तरंगत वर आलं तर काय त्रास होऊ शकेल याबद्दलही त्यांचं बोलणं झालं. ते आणखी काही वेळ शोध घेऊन निघून गेले. मी तिथं उजाडेपर्यंत पडून राहिले होते.

मी याचा बदला घेण्याचा निश्चय केला. मी सकाळी लवकर पोलीस ठाण्यात जाऊन फिर्याद नोंदवली. त्या टोळीतल्या सातजणांना अटक झाली. मलाही एक दिवस पोलीस ठाण्यात बंद करण्यात आलं असलं तरी मी चंद्रनला गजाआड करण्याचा आनंद घेतला.

अम्मू

अम्मू आता आपल्यात नाही. अगदी माझ्या विरुद्ध स्वभावाची बाई! तिनं आयुष्यात प्रत्येक गोष्ट हसण्यावारी नेली. तिनं जवळपास वीस कविता रचल्या होत्या. तिची गुरुवायूर देवाबद्दलची कविता आजही मला आठवते.

"देवा, मी तुझ्यावर प्रीती केली, गुरुवायूर देवा,
मी तुझ्या दाराशी आले,
पण तू माझ्याकडं पाहिलं नाहीस...." अशी ती कविता होती.

अम्मू आदिवासी होती. ती गांजा ओढत असे, त्यामुळं तिचे कुणा गांजा विक्रेत्याशी संबंध होते. तीसुद्धा त्या विक्रीत होती असा मला संशय आहे. त्या व्यवसायातील अडचणींमुळं तिचा मृत्यू झाला असं समजायला काहीच हरकत नाही.

ती मला एकदा म्हणाली होती, ''नलिनीचेची, मी मेले तर तुम्ही माझा खून झाला असं नक्की समजा. मी कधीही आत्महत्या करणार नाही.''

तुम्ही कितीही खोदून खोदून विचारलं तरी ती काय चाललं आहे ते कधीच सांगायची नाही. ती एकदा बोलून गेली, की तिला एक मूल आहे आणि ते पांगळं आहे. तिनं आम्हाला ते मूल कुठं आहे ते सांगितलं नाही. ती मैत्रिणींशी, माझ्याशी बोलताना सतत मृत्यूबद्दल बोलत असायची. आम्हाला वाटायचं, की हा सगळा गांजाच्या नशेचा परिणाम आहे.

दरम्यान, थायलंडवारी ठरली आणि माझं कार्यक्षेत्र तिरुवनंतपुरममध्ये आलं. त्या दरम्यान एक दिवस मी 'ज्वालामुखी'त आले होते, त्यावेळी प्रत्येकानं अम्मूबद्दल तक्रार केली. ते म्हणत होते, की अम्मू म्हणजे भयंकर ताप आहे. ती एवढ्यातेवढ्यावरून ब्लेडचं पान उगारते. ती स्वभावत: थोडी हिंस्र होती. ही गोष्ट १० सप्टेंबरची. मी शारदा किंवा ललिता तिच्याशी शांतपणे बोललो तर ती आमचं थोडंफार ऐकायची. मला तिला कधीच ओरडावं लागलं नाही. मला पाहताच तिचं रूप पालटायचं... ती अगदी 'शाणी मुलगी' होत असे. ती त्याचाच गैरफायदा घेते असं मला वाटलं आणि मी तिची चांगलीच खरडपट्टी काढली.

''तुझी काय अडचण आहे?'' मी तिला चिडून विचारलं.

''इथून चालायला लाग. पुन्हा कधीही इथं येऊ नकोस!''

त्यावर तिनं झटकन् प्रत्युत्तर दिलं. तिचे शब्द कडूझार होते.

''नाही, नलिनीचेची,'' ती म्हणाली, ''तू मला पुन्हा कधीही इथं पाहणार नाहीस.''

ती तिथं वर माळ्यावर राहायची. ती अंगावरच्या कपड्यानिशी खाली आली आणि शांतपणे चालती झाली. एरवी ती तिचा पंचा व इतर गोष्टी घेऊन जायची. पण या खेपेला तसं घडलं नाही. त्याच रात्री ती वारली. त्याक्षणी मी त्या ठिकाणाच्या पुढच्याच स्टेशनवर होते. मी नेहमी मलबार एक्स्प्रेस किंवा गुरुवायूर एक्स्प्रेस धरते. पण त्या दिवशी मी अमृता एक्स्प्रेसनं जायचं ठरवलं आणि मध्यरात्रीपर्यंत तिथं थांबले. त्या दिवशी माझं मन कुठंतरी अडकलं होतं आणि मला निघावंसं वाटत नव्हतं. अखेर, मी अमृता एक्स्प्रेसनं निघाले, त्यावेळी काय भयंकर घडत होतं त्याची मला जराही कल्पना नव्हती.

अम्मूच्या मृत्यूबद्दल पोलिसांचं म्हणणं होतं, की ती त्यांच्यापासून सुटका करून घेत पळण्याचा प्रयत्नात रेल्वेखाली आली. हे धडधडीत खोटं आहे. अम्मू तर गुंड-मवाल्यांपासून सुटका करून घेण्यासाठीसुद्धा पळाली नसती, तिनं त्यांचा ब्लेडनिशी सामना केला असता. त्या दिवशी तिघा माणसांनी तिला रिक्षात घालून नेलं होतं. तिला किंचाळत पळत जाताना पाहणारे साक्षीदार होते. इतका सगळा

पुरावा असूनही पोलीस खात्रीनं सांगतात, की ती त्यांच्यापासून सुटका मिळवण्यासाठी पळत होती. ही गोष्टी काहीशी रहस्यमय वाटते. आणि, अशा गोष्टी घडल्या तरीसुद्धा सर्वसाधारणपणे पोलीस इतक्या झटपट ते कबूल करत नाहीत ही गोष्ट सुपरिचित आहेच!

तिचं प्रेत मिळालं. तिच्या देहावर तलवारीचे वार होते. मृत्यूची चौकशी करण्याचे थोडेफार प्रयत्न झाले. तपासकार्यात पुढं काय प्रगती झाली यात वृत्तपत्रांनीही रस दाखवला नाही. श्रीनिवासन् व गोपीनाथन् या दोन पत्रकारांनी या विषयावर एक माहितीपट बनवून तो स्थानिक दूरचित्रवाहिनीवरून प्रसारित केला. बाकी काहीही प्रगती झाली नाही, कारण मृत व्यक्ती देहविक्रय करणारी महिला होती!

अम्मूनं आम्हाला सांगितलं होतं, की तिची आई अम्मू लहान असतानाच वारली. त्यानंतर सावत्र आईचा छळ असह्य झाल्यानं तिनं घर सोडलं होतं. तिच्याशी कित्येक दिवस काहीही संबंध नसलेले तिचे नातेवाईक वायानाडहून आले आणि त्यांनी पोलिसांना त्यांची काहीही तक्रार नाही असं सांगितलं... त्याबरोबर हे तपासकार्य संपलं. त्यांच्यामध्ये कायदेशीर कारवाई चालू ठेवण्याची ना क्षमता होती ना त्यासाठी पैसा होता.

या अनुभवानं मला देहविक्रय करणारी बाई आयुष्यात किती असहाय्य असते हे दाखवलं. मजबूत पुरावा असूनही, आपला खून होणार ही गोष्ट तिला स्वत:ला माहिती असूनही व तसं तिनं अनेकांना बोलून दाखवलं असूनही, ती मृत्यूच्या कराल दाढेत जाण्याआधी काही वेळ अनेक लोकांनी तिला पाहिलं असूनही अम्मूचा खून 'सबळ पुराव्याअभावी' पचला. त्यामागं माफियांचा हात होता यात शंकाच नाही.

अम्मूनं मेधा पाटकरांच्या सरदार सरोवर धरणाच्या विरोधी निदर्शनांत भाग घेतला होता. अम्मू आणि उषा नावाची एक देहविक्रय करणारी महिला, अशा दोघीजणी दिल्लीला झालेल्या निषेध मोर्चात सहभागी झालेल्या पंचवीस कार्यकर्त्यांमध्ये होत्या. हा गट दिल्लीहून नर्मदेला गेला आणि त्यांनी तिथल्या निदर्शनांत भाग घेतला. तिनं मला तिथं संघर्ष करणाऱ्या आदिवासींसोबतच्या आठवणी सांगितल्या होत्या. तिच्या या सगळ्या वेदनादायी आठवणींचा काफिला माझी पाठ सोडत नाही.

दिल्लीत त्यांनी महाराष्ट्राच्या मुख्यमंत्र्यांना घेराव घातला होता. त्यानंतर त्यांना अटक झाली. रात्री जामीन मिळाल्यानंतर, त्यांना विवेकानंद सभागृहात पाठवण्यात आलं होतं. सकाळी 'सेवा' या बिगर सरकारी संघटनेतील एका महिलेला तिची पर्स हरवल्याचं लक्षात आलं. ती पर्स अम्मू व उषानं चोरली आहे असं तिनं ठरवून टाकलं. मग कुणीतरी म्हणालं की त्यांची झडती घेतली पाहिजे. बाकीच्यांनी ठाम पवित्रा घेतला, की झडती घ्यायचीच तर ती सगळ्यांचीच घेतली पाहिजे. अखेर सगळ्यांच्या पिशव्या-बॅगा तपासल्या, पण काहीही सापडलं नाही. मलाही या

अनुभवातून धडा मिळाला, की विशिष्ट पूर्वग्रहांतून उद्‌भवणारी ही अस्पृश्यतेची भावना आजही व्यापक प्रमाणात प्रचलित आहे आणि याबाबतीत कार्यकर्ते व सामान्य माणूस यांच्यात फारसा फरक नसतो. पुरोगामित्वाचा तोरा मिरवणाऱ्या बायकाच बरेचदा असलं घाणेरडं वागतात.

मैत्रिणी

माझ्या आणखी एका सहकारी मैत्रिणीची मला मनापासून आठवण होते, ती म्हणजे सबिरा. आम्ही अर्नाकुलममध्ये आयोजित केलेल्या परिषदेतली तिची कामगिरी अविस्मरणीय आहे. बहुतेकदा अशा प्रसंगी कायदेतज्ज्ञ व्याख्यान द्यायचे. शिवाय राज्य व राष्ट्रीय महिला आयोगाच्या अध्यक्षा सुगाता कुमारी व मोहिनी गिरी वक्त्या होत्या. त्या परिषदेत सहभागी होण्यासाठी सबिरासह काही देहविक्रय व्यवसायातील महिला आल्या होत्या, पण त्यांनी आगाऊ नावनोंदणी न केल्याच्या तांत्रिक सबबीखाली त्यांना प्रवेश नाकारण्यात आला. त्यांनी मोहिनी गिरींना भेटण्याचा प्रयत्न केला. मोहिनी गिरी यांनी जाहीर विनंती केली, की इथं उपस्थित असलेल्या देहविक्रय करणाऱ्या महिलांनी परिषदेचं उद्‌घाटन करावं, हे ऐकताच संपूर्ण श्रोतृवृंद आवाक् झाला. सरोजिनीनं व्यासपीठावर जाऊन दीपप्रज्वलन केलं. मग मोहिनी गिरींनी त्यांपैकी एकीला बोलण्यासाठी पाचारण करताच, सबिरा व्यासपीठावर गेली. ती प्रथमच बोलत होती, पण ती भाषणात आमची आयुष्यं व आमचे हक्क यांबाबत अत्यंत परिणामकारक बोलली. मात्र, तिच्या भाषणाचा समारोप अगदी अनपेक्षित होता. तिनं भाषणाच्या शेवटी सर्वांकडून मदतीची मागणी केली.

बाहेर आल्यानंतर तिनं सांगितलं, की न्यायमूर्ती जानकी अम्मांनी मला तसं बोलण्याची विनंती केली होती. त्यावेळी जानकी अम्माही तिच्यासोबत व्यासपीठावर होत्या. सबिरानं विचार केला, की त्या बुजुर्ग आहेत, त्यामुळं त्यांच्या इच्छेचा मान ठेवला पाहिजे.

एके दिवशी तिला कोझिकोडेमध्ये अटक झाली. तिला अमानुष मारहाण करण्यात आली. तिला संध्याकाळी पकडलं होतं, त्यानंतर रात्रभर तिचा छळ करण्यात आला. तिच्या वक्षांना संसर्ग झाला, त्यात पू भरला. तिला वैद्यकीय महाविद्यालयात शस्त्रक्रिया करून घ्यावी लागली. पूर्ण सहा महिने ती अंथरुणाला खिळून होती. या घटनेनंतर देहविक्रय व्यवसायातील महिलांनी जाहीर निदर्शनं केली, परिणामी मानवाधिकार आयोगानं या प्रकरणात लक्ष घातलं.

ऑक्टोबर २००४ मध्ये सबिरा आम्हाला सोडून गेली. तिच्या मृत्यूनं आम्ही शोकसागरात बुडालो. कन्नूरमधील 'स्नेहाश्रय' या संस्थेत तिचं निधन झालं. मात्र आमच्या मनाला एक गोष्टीचं समाधान आहे, ती म्हणजे तिच्या मृतदेहाची बेवारस

म्हणून एखाद्या सार्वजनिक स्मशानभूमीत विल्हेवाट लागली असती, पण आम्ही पुढाकार घेऊन वर्गणी काढली. त्या मदतीतून तिचा मृतदेह कोझीकोडेला आणला आणि तिच्यावर धार्मिक रिवाजानुसार अंत्यसंस्कार केले.

असेच आणखी काही मृत्यू मनाला चटका लावून, स्मृतीच्या कोशात वेदना बनून साकळून राहिले आहेत. थानकामनी व रमानीनं स्वत:चं जीवन संपवलं. त्याआधी अवघे काही दिवस आमचं भांडण झालं होतं.

आधी रमानीला कोलकत्याला आयोजित केलेल्या देहविक्रय करणाऱ्या महिलांच्या परिषदेत केरळची प्रतिनिधी म्हणून बोलवण्यासाठी निमंत्रित केलं होतं. काही कारणानं त्यांनी हा बेत बदलला आणि मला आमंत्रण दिलं. रमानीला हा अपमान वाटला होता. आमचं केरळला परत येईपर्यंत भांडण सुरू होतं. थानकामनी व मी एका बाजूला आणि रमानी दुसऱ्या बाजूला... आमची इतकी कचकच सुरू होती, की इतर प्रवाशांना आमचा ताप होऊन बसला होता. त्यानंतर अवघ्या काही महिन्यांतच त्या दोघीनींही आत्महत्या केली. घरच्या भांडणांना वैतागून त्यांनी जीवन संपवायचा निर्णय घेतला असावा.

थ्रिशूरमध्ये प्रारंभीच्या काळात, उषा, थ्रेसियम्मा, शशिकला अशा काहीजणी संघटनेत सक्रिय होत्या. हळूहळू आम्ही कार्यक्षेत्र अर्नाकुलम व तिरुवनंतपुरममध्ये विस्तारलं. मैत्रेयन व जयश्री यांच्या पाठिंब्यामुळं आम्ही राष्ट्रीय स्तरावर लक्ष वेधून घेतलं. तिरुवनंतपुरममधील पहिल्या संमेलनानं वादळी खळबळ माजवली. त्यानंतर आम्ही अनेक अडथळे पार करून अर्नाकुलममध्ये राष्ट्रीय परिषदेचं यशस्वी आयोजन केलं. या परिषदेत देहविक्रय करणाऱ्या महिलेला किमान वेतनाप्रमाणे शंभर रुपये मिळावेत, घर बांधायला सवलत मिळावी, शिधापत्रिका मिळावी, मोफत वैद्यकीय सुविधा मिळाव्यात यांसह अन्य मागण्या मांडण्यात आल्या. या सगळ्या कार्यात सरोजिनी, चंद्रिका, लीला, थ्रेसियम्मा, सौदामिनी, मॉली, ललिता, लक्ष्मी, जमीला, थानकामनी व शशिकला सहभागी होत्या. यांतल्या बऱ्याच कार्यकर्त्या देहानं अधू झाल्या आहेत. पूर्वीच्या काळी आम्हाला पोलिसांकडून जी अमानुष वागणूक सोसावी लागली आहे, त्याच्या खुणा त्यांच्या देहावर उमटल्या आहेत. आता मात्र आम्ही पोलिसांचा व स्थानिक आडदांड लोकांचा हिंसाचार रोखण्यास समर्थ आहोत, ही आम्ही या टप्प्यावर मारलेली प्रमुख मजल म्हणता येईल.

देहविक्रय व्यवसायात नव्यानं प्रवेशणाऱ्या मुलींत सिनी ही विशेष उल्लेख करण्यासारखी व्यक्ती आहे. तिनं माझ्या माहितीपटासाठी मला बरीच मदत केली आहे. आम्ही नुकत्याच सादर केलेल्या 'एका रात्रीच्या प्रियतमा' या शान्ताकुमार लिखित नाटकात तिनं गर्भवती देहविक्रेतीची भूमिका केली होती. या नाटकाचा शेवट असा आहे- ती देहविक्रेती निर्णय घेते, की आपल्याला मुलगा झाला तर

त्याला वाढवायचं आणि मुलगी झाली तर तिला ठार करायचं.

त्यावेळी सिनी खरंच गर्भवती होती, तेसुद्धा तिला विशेष आवडणाऱ्या गिऱ्हाईकापासून. तिनं ती भूमिका अतिशय सुंदर साकारली. आता ती सुप्रसिद्ध नाटककार पी. एम. अँटनी यांच्या नाट्यसमूहाची सदस्य आहे. त्या नाट्यसमूहातील एका सदस्यानं तिच्याशी मे २००५ मध्ये लग्न केलं. आता ती रंगभूमीवर नशीब घडवण्याचा प्रयत्न करत आहे.

मात्र अर्नाकुलमच्या लिझीच्या विलक्षण धैर्याची सर कुणालाच येणार नाही. ती रेल्वे स्टेशनवर व त्याच्या आजुबाजूच्या परिसरात फिरते. तिच्यासोबत नेहमी मिरची पूड किंवा चाकू असतो. तिची पोलिसांना जशास तसे उत्तर देण्याची युक्ती म्हणजे, मिरचीपूड! एकदा दोन बायकांना अटक झाली, त्यावेळी ही बया या तिच्या जहाल शस्त्रानिशी थेट पोलिसठाण्यात गेली आणि कडक शब्दांच्या बळावर त्या बायकांना सोडवून घेऊन आली! अगदी राकटातला राकट माणूससुद्धा तिच्या तोंडाला लागण्याआधी दोनदा विचार करेल. असंच एकदा, तिनं पाच बायकांना सोडवण्यासाठी पोलीस ठाण्याची कौलं काढली होती. त्या बायका पळून गेल्या, पण ही सापडली. मग तिला पोलिसांनी अनेकदा तुडव तुडव तुडवलं. ती आमच्या संघटनेची पहिल्या फळीतली कार्यकर्ती आहे.

मला आवडणारी एक सहकारी मैत्रीण म्हणजे अनू. ती मातीच्या खाणीत काम करायची तेव्हापासून आमची मैत्री होती. तिचं एका मुलावर प्रेम होतं, पण तिच्या घरच्यांनी जबरदस्तीनं तिचं लग्न दुसऱ्या माणसाशी लावून दिलं. ती अगदी गोरीपान आणि नवरा काळा कुळकुळीत, तिच्या नवऱ्याला या गोष्टीचं चांगलंच दुखणं होतं! त्यांना मुलं झाली तीसुद्धा गोरीपान... त्यामुळं घरात कडाकडा भांडणं आणि मारहाण सुरू झाली. अखेर तिनं मुलांना घेऊन घर सोडलं. तिला एका व्यक्तीनं मदत केली. त्यानंतर तिनं मुलांना अनाथाश्रमात ठेवून, स्वतः देहविक्रयाचा व्यवसाय पत्करला. तिला आर्थिक स्थैर्य लाभल्यावर तिनं मुलांना परत आणलं. दरम्यान, तिच्या सासरचे लोक अतिशय बिकट आर्थिक परिस्थितीत सापडले. त्यांनी तिच्यावर भिस्त ठेवायला सुरुवात केली. तिच्या नवऱ्याची दुसरी बायको, तिची मोठी जाऊ, धाकटी जाऊ, दोन नणंदा सगळ्याजणी तिच्याकडं आल्या. आता त्या सगळ्या 'कंपनी हाऊस' मधल्यासारख्या एकत्र राहतात. त्यांच्याकडं इकडं-तिकडं जायला मारुती व्हॅनसुद्धा आहे. त्या सगळ्याजणी एकत्रच देहविक्रय करतात. मुलं मोठी झाल्यावर त्यांची लग्न करून दिली आहेत. नवऱ्याला वडिलांचं विशेषाधिकाराचं स्थान भूषविण्याचं आमंत्रण पाठवण्यात आलं होतं पण तो आता नवरा म्हणून

तिच्याशी संबंध ठेवून नाही.

तुरुंग

सुरुवातीला लोक आम्हाला 'ज्वालामुखी' असं उपहासानं म्हणत असत, पण नंतर मात्र ते आमच्या आत्मविश्वासाचं प्रतीक बनलं! बऱ्याच ठिकाणी या नावाचा उल्लेख ऐकताच थरथर कापणारे पोलीस मी स्वतः पाहिले आहेत. एकदा गुरुवायूरमध्ये, बारा देहविक्रेत्या एचआयव्ही चाचणी करायला निघाल्या होत्या. त्या बसची वाट बघत उभ्या असताना पोलीस उपनिरीक्षक बिजू नारायणन व त्यांच्या पथकानं त्यांना अटक केली. मी हे समजताच पोलीस ठाण्यात गेले.

त्याचा प्रश्न होता, की "देहविक्रय करणाऱ्या बायकांना एचआयव्ही चाचणी करून घेण्याची काय गरज आहे?"

शब्दानं शब्द वाढत वाद चांगलाच तापला, तेव्हा तो मला लाथ घालायला उठला.. त्या क्षणी एक पोलीस धावत येऊन त्याच्या कानात कुजबुजला, की ही 'ज्वालामुखी' आहे. त्याबरोबर तो तोंडातल्या तोंडात काहीतरी पुटपुटला आणि सगळ्यांना सोडून दिलं. हे सगळं अवघ्या पाच मिनिटांत घडलं!

'ज्वालामुखी'ची पाळंमुळं विस्तारली त्याच दरम्यान मला अटक झाली. त्या काळी गुरुवायूरमध्ये धाडसत्र जोरात सुरू होतं. देहविक्रय करणाऱ्या बायकांना खेचण्यात पोलीस उपनिरीक्षक नारायणनकुट्टी आघाडीवर असत. ते बरेचदा नेहमीच्या कपड्यांत येत. तरी मी त्यांना ओळखायची. एके दिवशी मी बसस्टॉपवर उभी असताना ते माझ्याकडं आले आणि मला पाचशे रुपये देऊ करून येणार का विचारलं?

मी विचारलं, "कुठं जायचं?"

त्यांनी मला संकेतस्थळ सांगितलं.

मी त्यांना म्हटलं, "तुम्ही व्हा पुढं, मी एक सेकंदात आलेच."

तितक्यात थ्रिशूरला जाणारी बस आली आणि मी झटकन् बसमध्ये शिरून सुटका करून घेतली.

पण दुसऱ्यावेळी मात्र मी पोलिसांच्या सापळ्यात अडकले.

पोलिसानं मला विचारलं, "तू गुरुवायूरमध्ये कुणाला भेटायला आली आहेस?"

मी उत्तर दिलं, "एस. आय. नारायणनकुट्टी सारना."

त्या पोलिसाला फीटच आली.

"सारनी मला त्या दिवशी पाचशे रुपये देऊ केले होते, पण मला त्या दिवशी जमलं नाही, म्हणून मी आज आले आहे."

मी शांतपणे याचाच पुनरुच्चार करत राहिले. पण त्यानं मला न्यायालयात पाठवलं. माझ्या डोळ्यांसमोर न्यायालयाचं सिनेमांत पाहिलेलं चित्र! मला न्यायालयात वकील इकडं तिकडं फेऱ्या मारत युक्तिवाद करत आहेत... वगैरे चित्र अपेक्षित होतं. पण तसं काहीच घडलं नाही. मला कुणी काहीही विचारलं नाही. माझी रवानगी थेट तुरुंगात करण्यात आली. वियूर तुरुंगात.

मला पाहताच तुरुंगाधिकाऱ्यानं प्रश्न केला, "तू ज्वालामुखी नेता आहेस तर?"

यापूर्वी माझ्या बऱ्याच मैत्रिणींना मिळाली होती तशी वाईट वागणूक मला सोसावी लागली नाही. मी त्याला 'व्ही. आय. पी. ट्रीटमेंट' म्हणू शकते. संध्याकाळी त्यांनी मला व्हिडिओवर चित्रपट पाहायला बोलावलं होतं. मी तिथं तीन दिवस कसलाही त्रास न होता राहिले. चौथ्या दिवशी, मला पॉलसन व इतरांनी जामीन दिला आणि मी बाहेर आहे.

जयश्री

तो 'विशू' (एप्रिल महिन्यात साजरा केला जाणारा केरळमधील हिंदू धर्मियांचा एक महत्त्वाचा सण)चा आदला दिवस होता. जयश्रींनी माझी वंदनाशी ओळख करून दिली. ती ओरिसाहून आली होती. माझी 'ज्वालामुखी'ची कार्यकर्ती व मितभाषी व्यक्ती म्हणून ओळख करून दिली. त्या काळी मी तशीच होते. त्यानंतर आम्ही सगळ्याजणी एकत्र जेवायला बसलो. आम्ही नेहमी लांब-लांब बसतो, पण जयश्रींनी सगळ्यांना एकाच टेबलाशी बसायला लावलं. मी अजूनही कचरत होते. PSH प्रकल्पातील काही बायकांची आम्हाला मस्का लावण्याची ही नेहमीची युक्ती असायची.

मी थ्रिशूरमधल्या परिषदेच्यावेळी जयश्रींच्या अधिक जवळ आले. त्यावेळपर्यंत माझ्या लक्षात आलं होतं, की या बाईला देहविक्रय करणाऱ्यांची 'ॲलर्जी' नाही. त्यानंतर आम्ही 'इंडियन सेक्स वर्कर्स फोरम'या संघटनेची स्थापना करण्यासाठी चेन्नईला बरोबरच गेलो होतो. तिथं घेण्यात आलेले निर्णय तामिळमध्ये अनुवादित करून जाहीर करण्यात येत होते. मी त्यातल्या बऱ्याचशा मुद्द्यांशी असहमत होते, कारण मला त्यामध्ये देहविक्रय करणाऱ्या बायकांना पुरेसं महत्त्व दिलं जात नाहीये असं वाटत होतं. मी तसं बोलून दाखवताच जयश्रींनी मला "व्यासपीठावर जाऊन तुझी मतं मांड" असं सांगितलं. एव्हाना माझा 'स्टेज फ्राईट' लोपला असला तरी मी अजूनही डळमळीत होते, ठाम नव्हते, मला अजिबात आत्मविश्वास वाटत नव्हता. मी व्यासपीठावर जाऊन देहविक्रय करणाऱ्या महिलांना या 'फोरम'मध्ये फारसं महत्त्व मिळालंय असं दिसत नाही, या मुद्द्याकडं लक्ष वेधताच प्रेक्षागारातून

टाळ्यांचा उत्साही गजर घुमला. यामुळं जयश्रीही अत्यंत रोमांचित झाल्या. त्यानंतर मी नियमित त्यांच्यासोबत सगळीकडं जाऊ लागले. आम्ही दोघी संघटनेच्या कामासाठी कोलकत्याला बरोबर गेलो होतो. आपल्यासोबत एक डॉक्टर आहे (जयश्री डॉक्टर आहेत) याचा आम्हाला अतिशय अभिमान होता. कोलकता सेक्स वर्कर्स फोरमनं ३ मार्च हा दिवस 'इंडियन सेक्स वर्कर्स डे' म्हणून साजरा केला, तेव्हा आम्ही पुन्हा एकदा कोलकत्याला गेलो होतो. तिथं उपस्थित असलेल्या सगळ्याजणी त्यांना भोगावी लागलेली दु:खं आणि छळवणुकीच्या कहाण्या सांगत होत्या.

तिथं मी इतर काही मतं मांडली. देहविक्रेत्या इतर महिलांपेक्षा वेगळ्या असतात ही गोष्ट मांडण्याचा माझा प्रयत्न होता. ते कसं? याचं उत्तर देण्यासाठी मी चार मुद्दे मांडले. आपण चार घटकांच्या संदर्भात मुक्त आहोत. आपल्याला स्वयंपाक रांधून नवऱ्याची वाट पाहायची नसते, आपल्याला त्याचे मळके कपडे धुवावे लागत नाहीत, आपल्याला योग्य वाटणाऱ्या पद्धतीनं आपल्या मुलांना वाढवताना आपल्याला नवऱ्याची परवानगी घ्यावी लागत नाही, आणि मुलांना वाढवण्याचा खर्च पेलण्यासाठी नवऱ्याच्या मालमत्तेत हक्क सांगत त्याच्या मागं धावावं लागत नाही. आम्हाला बोलायला मिळालेल्या पाच मिनिटांत आपल्या दु:खद अवस्थेचं अथक रडगाणं गात छाती बडवत बसवण्यापेक्षा मला ही मतं मांडणं जास्त समाधानाचं वाटलं.

अनेक ठिकाणी जयश्री आमच्यावतीनं बोलायच्या, तेव्हा त्यांना अनेक लोकांच्या प्रश्नांना उत्तरं द्यावी लागायची. प्रश्नकर्त्यांत त्यांचे मित्र-मैत्रिणीही असायचे. ते त्यांना सांगायचे, की तू देहविक्रेती नाहीस आणि त्यांचे प्रश्न तू समजतेस तसे नाहीत, ते खूप वेगळे आहेत. अशा वेळी त्या मला बोलण्यास प्रोत्साहन द्यायच्या. अशा प्रकारे मी स्वत:च स्वत:चे मुद्दे मांडण्याचं कौशल्य शिकले.

जयश्रींचा हा स्नेहभाव फक्त माझ्यापुरताच नव्हता. आमच्यापैकी काहीजणी तितक्याशा स्वच्छ नसतात. बरेचदा, अम्मूसारखे लोक जवळ येताच, अनेकजण मागं सरकतात. पण जयश्रींनी असं कधीच मानलं नाही. उलट त्यांचं धोरण होतं, की दररोज आंघोळ करायची अजिबात आवश्यकता नाही! आमची संघटना उभी करताना त्या आमच्यासोबत खंबीरपणे उभ्या राहिल्याच, पण त्याही पुढं जाऊन त्या आमच्यासोबत जीवनातले क्षणसुद्धा वाटून घेतात. पॉलसन व मैत्रेयनसुद्धा असेच आहेत, पण एक स्त्री आमच्यासाठी हे करायला तयार आहे ही गोष्ट आमच्या मनाला खोलवर स्पर्शून गेली.

थायलंडवारी

मी जवळजवळ चार वर्षे सतत प्रवास केला. माझ्या पहिल्या माहितीपटाचं

काम पूर्ण झाल्यानंतर मी त्याच्या चित्रीकरणासाठी जयश्री व रेश्मा भारद्वाज यांच्यासोबत थायलंडला गेले. मी त्यामध्ये बोललेल्या सगळ्या गोष्टी प्रामाणिकपणे पोचतायत, यावर जयश्री लक्ष ठेवून होत्या.

मी जयश्रींसोबत मुंबई, आंध्र, मद्रास व दिल्ली या ठिकाणी गेले होते. आम्ही चार वेळा कोलकत्याला बरोबर गेलो होतो. जयश्रींचा वंदनाशी परिचय असल्यामुळं माझी पहिलीवहिली थायलंडवारी घडून आली. मी एका प्रशिक्षण कार्यक्रमाला उपस्थित राहिले होते. त्यामध्ये देहविक्रेत्यांना स्वत:च्या अडचणी स्वत:च कशा सोडवायच्या याचं कौशल्य विकसित करण्याच्यादृष्टीनं मार्गदर्शन करण्यात आलं. हे सूत्र नसतं तर कोलकत्याच्या लोकांना प्राधान्य मिळालं असतं. तिथल्या संघटनेचं बळ खूप मोठं... पासष्ट हजारांचं आहे!

या पहिल्या परदेशवारीत पॉलसन व ललिता माझ्यासोबत आले होते. तिथं बायकांच्या व्यापाराविरुद्ध आवाज उठवण्यासाठी जागतिक संघटनेच्यावतीनं सामाजिक कार्यशाळा आयोजित करण्यात आली होती. तिथं जायचं ठरल्यावर पहिला प्रश्न आला तो पासपोर्टचा! मला वाटलं होतं, पासपोर्ट कार्यालयात जायचं, नाव सांगायचं, जन्मतारीख सांगायची... की झालं! पण तिथं गेल्यावर सांगितलं की शिधापत्रिका आणा. माझं लग्न झाल्या झाल्या माझ्या वडिलांनी पहिलं काय केलं असेल तर, त्यांच्या शिधापत्रिकेतून माझं नाव कमी करून घेतलं. तसं करणं अत्यंत महत्त्वाचं आहे ही गोष्ट त्यांना माहीत होती. माझ्या लेखी, ते अडीच किलो तांदूळ व साखरेला मुकले एवढाच त्याचा अर्थ होता, त्यावेळी मला आपण आपली ओळखच गमावतोय असं वाटलं नव्हतं! अखेर, थोडी चिकाटी दाखवल्यानंतर मला पासपोर्ट मिळाला. मी विमानात बसण्याच्या कल्पनेनं थरारून गेले होते! विमानाचे पंख लावून भरारी मारणं ही माझ्या जीवनात एक महत्त्वाकांक्षा होती. मैत्रेयननी मला तिकिटं दिली आणि मी विमानात प्रवेशले! त्याक्षणी माझ्या मनात आपण कॅमेऱ्याचं काम शिकायला एके ठिकाणी निघालो आहोत वगैरे विचार नव्हते; त्याक्षणी फक्त इतकीच जाणीव होती, की आपण विमानात बसून कुठंतरी दूरवर निघालो आहोत. मी निराळ्याच जगात होते. प्रत्येक पाऊल मला स्वप्नजगताच्या दिशेनं घेऊन निघालं होतं!

मी तिथं पोचल्यानंतर आणखी एक मोठं आश्चर्य वाटलं, ते म्हणजे कॅमेरा! तुम्ही माझी सुरुवातीच्या शिकाऊ काळातली एखादी ध्वनिचित्रफीत बघायला पाहिजे! कॅमेऱ्यासमोर उभ्या राहिलेल्या माणसाची प्रतिमा कशी घ्यायची हे माहीत नसताना अतिशय मजा येते, मी तर कॅमेऱ्यात आख्खा देशच टिपला होता!

कॅमेरा हाताळायला शिकल्यानंतर, आम्ही स्वत: तीन मिनिटांची 'फिल्म' तयार केली. त्यासाठी तुमची स्वत:ची कल्पना असणं आवश्यक होतं. माझ्या मनात एक

कल्पना हाती, ती अशी : एक श्रीमंत माणूस, एक श्रीमंत 'घरंदाज' स्त्री आणि मी... अशी तीन पात्रं आहेत. आम्ही दोघीही त्या श्रीमंत माणसाकडं मदतीची याचना करतोय, पण निरनिराळ्या मार्गांनी! मी भिकाऱ्यासारखी याचना करतीय. त्यावर तो माणूस माझ्या हातात एखादं किरकोळ नाणं ठेवतो. ती दुसरी बाई त्याला पर्स हरवल्याचं कारण सांगून मदत मागते. त्यावर तो तिला खिशातून डॉलर्स काढून देतो. असं म्हणतात ना, पुरुष त्यांच्या आवडत्या बाईवर पैसे उधळतात? बघा, इथं मी सुंदर बाईच्या भूमिकेत आहे, पण त्याची वृत्ती तीच आहे. माझ्या मनातील भूमिका 'फिल्म' रूपात उतरवल्यानंतर मी इतकी रोमांचित झाले होते, की तो थरार शब्दांत मांडणं शक्यच नाही!

या कार्यक्रमात आम्हा भारतीयांखेरीज कंबोडिया, नेपाळ, बांग्लादेश तसंच इतर देशांतील व्यक्ती सहभागी होत्या. देहविक्रेत्यांना कॅमेऱ्याचे प्रशिक्षण देण्याचं काम करणाऱ्या मलेशियन जोडप्यानं या कार्यक्रमाची मुख्य धुरा सांभाळली होती. पहिले काही दिवस चर्चेत गेले. त्यानंतर आम्हाला सात दिवस कॅमेरा हाताळण्याचं प्रशिक्षण दिलं. कार्यक्रमाच्या अखेरीस आम्हाला व्हिडिओ कॅमेरेसुद्धा दिले.

मी २००४ साली तिसऱ्यांदा थायलंडला गेले. या खेपेला, जयश्री माझ्यासोबत आल्या होत्या. तिथं जाण्यामागं दोन उद्देश होते- एक, मी बनवलेल्या दुसऱ्या माहितीपटाचं चित्रीकरण व दुसरं तिथं आयोजित केलेल्या चर्चेत सहभागी होणं. या खेपेला आयोजकांच्यात व माझ्यात काही मतभेद झाले. त्यांचं म्हणणं होतं, की माझा तिसरा प्रकल्प पोलिसांच्या रानटीपणावर केंद्रित असावा. त्यांची ही सूचना मला स्वीकारार्ह वाटली नाही. माझं मत होतं, की लोकांची नकारात्मक वृत्ती अधिक महत्त्वाची आहे. जयश्रींनी माझं म्हणणं अत्यंत प्रभावीपणे अनुवादित केलं.

मी स्पष्ट सांगितलं, की मला जर मला महत्त्वाच्या वाटणाऱ्या कल्पनेवर काम करता येणार नसेल तर मला तुमचा कॅमेराही नको आणि पैसेही नकोत.

त्यांना हे सगळं पटलं नाही, पण अखेर त्यांनी परवानगी दिली.

या प्रवासात काही टवटवीत करणारे निराळे अनुभवही आले. जयंतीची एक मैत्रीण-तिथं राहणारी एक मलायी मुलगी- रोज आम्हाला तिच्या गाडीतून स्थळदर्शन व खरेदीला न्यायची. ती सामान्य गृहिणी होती. ती माझ्याशी जवळीक साधायला तयार होती, माझ्या हे सदैव स्मरणात राहील. एक मल्याळी बाई- तीसुद्धा देहविक्रेती- एका महितीपटाचं दिग्दर्शन करतीय, याचं तिला कोण अप्रूप होतं. तिथं दाखवण्यात आलेल्या सर्व माहितीपटांमध्ये माझ्या माहितीपटानं सर्वाधिक लक्ष वेधून घेतलं. आम्ही परत जाताना ती मलायी मुलगी तिच्या पतीसमवेत आम्हाला निरोप द्यायला विमानतळावर आली होती. मला ही फार

मोठी मान्यता वाटते.

पॉलसन राफेल, मैत्रेयन

पॉलसन व मैत्रेयन या दोघांचीही कामाची शैली सर्वस्वी भिन्न आहे. पॉलसन सोबत असतील तर ते सल्ला देतील, तुम्ही अमूक एखादी गोष्ट अशी केलीत तर ती अधिक परिणामकारक होईल असं त्यांचं मत सांगतील. त्याउलट मैत्रेयन आम्ही जे काही बोलू ते मजेत ऐकतील, आम्हाला जे हवं ते बोलू देईल. अशा पद्धतीनं आम्ही मूर्खासारखं बोलून विषय संपवू शकतो. पण काय बोलायचं याबाबतीत काही विशिष्ट 'दिशा' ठरवलेली नसल्यामुळं आम्ही आम्हाला स्वतःशी निगडित वाटणारं काहीही बोलण्याचं धैर्य दाखवू शकतो. आम्हाला बोलताना किंवा वागताना घडलेल्या चुका किंवा ठळक जमेची बाजू यांचं मूल्यमापन करण्याचीही संधी मिळते. पॉलसनच्या सूचना अधिक ठाम असतात. ते आमची मतं, आमच्या चुका यांबद्दल तिथल्यातिथं सांगण्याबाबत दक्ष असत. आपला जो काही उद्देश असेल तो साध्य झाला पाहिजे असा त्यांचा स्वभाव आहे. तिथं तडजोडीची वगैरे शक्यता नसते. मैत्रेयनचं तसं नाही. काही गोष्टी अपेक्षेनुसार घडल्या नाहीत, तरी ते अगदी शांत असतात. कधी कधी ते ''ठीक आहे'' असं म्हणून गप्प बसण्याचा पवित्रा घेतात. या दोघांनीही भिन्न भिन्न पद्धतींनी माझा आत्मविश्वास दृढ केला आहे.

मी घर बदलण्याच्या नादात असले किंवा प्रवासात असले तर माझी मुलगी बहुतेक करून मैत्रेयन व जयश्री यांच्या घरी राहायची. मैत्रेयनसोबत जाताना अलिखित नियम असायचा- कुणीही इतरांशी वाईट वागायचं नाही, आणि आपण स्वतःकडं जसं पाहतो तसंच इतरांकडं पाहायचं. पॉलसनचं तसं नसतं. त्यांच्यासोबत असताना, फारसं सावध नसलं तरी चालतं, तुम्ही कुणालाही फटकन काहीही बोलायला मोकळे असता.

पॉलसननी माझ्या जीवनात काही मोठ्या प्रसंगांत लक्ष घातलं आहे. मला थायलंडला जाण्याची संधी मिळाली त्यावेळी आमच्याच कार्यालयातील एकानं मला पासपोर्ट मिळण्यात अडथळा यावा यासाठी मुद्दाम काहीतरी खोडा घातला. हे सगळं माझ्याऐवजी त्याला जाता यावं यासाठी चाललं होतं. तो माणूस पॉलसनचा चांगला मित्र व सहकारी असूनही पॉलसन खंबीरपणे माझ्या पाठीशी उभे राहिले. केवळ त्यांच्यामुळंच मी जाऊ शकले. पॉलसन दिल्लीत समाजकार्य विषयातील पदव्युत्तर शिक्षण घेतल्यानंतर सोनागाची व कोलकत्यातल्या काही ठिकाणी गेले होते. तिथं त्यांची देहविक्रेत्यांच्या संघटनेशी ओळख झाली होती. शिवाय या अनुभवानं, आपण निराधारांना हात दिला पाहिजे ही जाणीव त्यांच्या मनात पक्की झाली होती. त्यांची यापूर्वी कुणीही कधी फिकीर न केलेल्या प्रश्नांचा पाठपुरावा करण्यासाठी

खंबीर प्रयत्न करण्याची इच्छा होती. ते सगळ्या सत्कार्याचे श्रेय इतरांना देत असत. त्यांनी कधीही 'अमूक केलं' अशी फुशारकी मारली नाही.

मैत्रेयन कुठंही, कुणासमोरही सगळ्या गोष्टी खुलेपणे बोलत असत. आम्ही एडस् प्रकल्पाच्या अंमलबजावणीच्या संदर्भात सरकारशी असहमत होतो. त्यावरून एकदा आरोग्यमंत्री पी. शंकरन यांच्याशी वाद झाला.

"तुम्ही या संदर्भात काय करताय?" या प्रश्नाच्या उत्तरादाखल मैत्रेयननी सोबत नेलेल्या पिशवीतून ताठ लिंगाची लाकडी प्रतिकृती व कॉन्डोम बाहेर काढलं, आणि त्यांचं सोदाहरण प्रात्यक्षिक दाखवत ते म्हणाले, "आम्ही लोकांना हे करायला शिकवतोय."

मैत्रेयननी सार्वजनिक सक्रिय कार्यातून बाजूला होत असल्याचं उघडपणे जाहीर केलं, त्याआधी पॉलसननी काहीही जाहीर न करता त्यांचं कार्यक्षेत्र बदललं. आम्ही त्यांचा पाठिंबा व नेतृत्व विसरू शकत नाही. आम्ही मुख्यत्वे त्या बळावर टिकून राहिलो.

बरेचजण विचारतात, की यामुळं देहविक्रत्यांची चळवळ थंडावणार नाही का? पण आमचा जगण्याचा संघर्ष कुणा एका व्यक्तीमुळं सुरू झाला नव्हता; की त्यांच्या अनुपस्थितीमुळं तो सोडून देता येणार आहे. ज्या लोकांना आम्ही अथवा आमची संघटना सहन होत नाही, ते लोक असले पोरकट प्रश्न विचारतात.

सुजाता, राज थॉमस

सुजाता 'ज्वालामुखी' तर्फे चालवल्या जाणाऱ्या PSH प्रकल्पाच्या वित्तअधिकारी म्हणून काम करत होत्या. त्या सामाजिक कार्यसुद्धा करत असत. त्या वयानं माझ्यापेक्षा बऱ्याच लहान असल्या तरी त्यांचा मला प्रत्येक गोष्टीत पाठिंबा व प्रोत्साहन असे. मी पुढं उभं राहून मोठ्यानं बोलावं असा त्यांचा नेहमी आग्रह असे. माझ्यात थ्रिशूरच्या परिसंवादाचं भाषण तयार करण्याचं धैर्य त्यांच्या सहवासानं जागवलं होतं. त्या माझी शिक्षिका असाव्या तशा पद्धतीनं मला सगळं समजावून सांगायच्या.

मला या प्रकल्पात काम करणाऱ्या राज थॉमसचीही खूप मदत झाली. त्यांनी माझी पहिलीवहिली तोडकीमोडकी टिपणं व्यवस्थित लिहून काढून, त्यांना लेखांचं स्वरूप देऊन तो लेख 'ज्वालामुखी' वार्तापत्रात प्रसिद्ध केला होता. ते लोकगीतं उत्तम गात असत, नाटकांचं दिग्दर्शन करत असत, शिवाय ते नट होते, वक्ता होते, मार्क्सवादी पक्षात काम करत होते. त्यांनी 'कुट्टप्पन साक्षी' या नाटकात काम केलं होतं. एकूणच ते अष्टपैलू बुद्धिमत्तेचे होते. पण आर्थिक आघाडीनं त्यांना

कधीही शांती लाभू दिली नाही. माझी त्यांच्याशी खूप जवळीक होती. ते माझ्याशी कशाबद्दलही मोकळेपणे बोलू शकत असत. त्यांचं घर अदातमध्ये होतं. त्यांनी स्वत:चं जीवन संपवलं... त्यांनी असा निर्णय का घेतला हे अजूनही आम्हाला कळलेलं नाही. त्यांचा मृतदेह अदातमधल्या एका पडक्या विहिरीत सापडला. आता ते जिवंत असते, तर या आत्मकथालेखनात ते माझा उजवा हात बनले असते. सध्या मला सुभाष व ज्योतीकुमार यांचा सर्वाधिक आधार आहे. दोघंही 'फर्म' (FIRM) मध्ये काम करतात. सध्या माझा या संघटनेशी निकटचा संबंध आहे.

माझ्या मुलीचं लग्न

माझ्या थायलंडवारीचा माझ्या मुलीवर फार परिणाम झाला. त्यावेळपर्यंत तिचं त्या घरात जमेनासं झालं होतं. माझी सून पुटपुटायची, की मी खूप पैसा मिळवतीय. ती त्यातले पैसे स्वत:जवळ ठेवून घेत होती पण ते खर्च करत नव्हती. त्यामुळं मी प्रवासाला जाताना झीनूला शाहुल्क्काच्या एका नातेवाईकांकडं ठेवलं. मी थायलंडहून परत आले, त्याच वेळी टीव्हीवर बातम्या सुरू होत्या... त्यामध्ये देहविक्रेतीच्या सत्कार समारंभाचं वृत्त होतं! मी याबद्दल पूर्वी थोडीफार कल्पना दिली असली तरी हे अगदी उघड झालं होतं. मी पत्रकार परिषद आटोपून घरी आले तेव्हा ते सर्वजण हे टीव्हीवर पाहत होते. आता तिला यावर काय प्रतिक्रिया येणार याची चिंता लागून राहिली होती.

म्हणून मी तिला घेऊन पुन्हा सलामतनगरमध्ये आले. माझ्या आजारपणानंतर अगदी क्वचित प्रसंगी सोडून आम्ही तिथं फारसं कुणालाच भेटलो नव्हतो. तिथं टीव्ही नाही हे मला माहीत होतं, त्यामुळं तिथल्या लोकांच्या दृष्टीनं 'लैंगिकतोळिलाली' (सेक्स वर्कर) हा नवा शब्द अनाकलनीय असणार याची मला खात्री होती. पण तिथं जाण्यातली समस्या म्हणजे, एरवी मला 'ताई' म्हणणारे बरेचजण माझे ग्रेगी बनण्याचा प्रयत्न करत होते. आता मुलीला कुठंतरी ठेवून कामावर जाणं सोपं नाही, हे स्पष्ट झालं. माझा देहविक्रय व्यवसाय थांबला, तसंच माझं संघटनेचं कार्यही. सर्वांत अस्थिर परिस्थिती... आम्हाला कुठं राहावं काहीच कळत नव्हतं!

अकस्मात माझ्या मनात एक विचार चमकला. झीनूचं लग्न केलं तर? आम्ही पैसेवाले नसलो तरी, मुस्लिम होतो, त्यामुळं या कारणास्तव कुणीतरी तिच्याशी लग्न करेल अशी मला आशा होती.

आणि, सलामतनगरमध्ये एकजण माले बेटावरचं स्थळ घेऊन आम्हाला भेटायला आला. या प्रकरणात अक्षरश: आमचा केसानं गळा कापला गेला. वराच्या पासपोर्टखेरीज तिथल्या मशिदीनं दिलेलं एक प्रमाणपत्र होतं, त्यामध्ये त्याची माहिती होती. त्यामध्ये त्याच्या खऱ्या वयापेक्षा दहा वर्षे वय कमी करून लिहिलेलं

होतं. माझं संघटनेचं कार्य व देहविक्रय व्यवसाय दोन्हीही थंडावलेलं असल्यामुळं आता तिला दुसरं स्थळ मिळणार नाही अशी माझ्या मनात भीती असल्यामुळं मी या स्थळाला मान्यता दिली आणि झीनूचं लग्न झालं!

तिच्या मनात पित्याची आठवण उरली नव्हतीच. मीही कधी त्याचा पिता म्हणून उल्लेख केला नव्हता. तिला वडील नाहीत व त्यानं आम्हाला सोडलंय हे जाहीर करण्याची मला कधीच गरज वाटली नव्हती. पण बरेचदा ''तिचे वडील कुठं आहेत?'' हा प्रश्न उपस्थित व्हायचाच.

त्यावर मी सांगायची, की तिला फक्त मी आहे आणि ही गोष्ट तुम्हाला मान्य असेल तर आपण पुढं बोलू या.

मी तिचं लग्न मालेमधल्या माणसाशी लावून देण्याचं हे एक कारण होतं. माझ्या मुलीला बाप नाही हे सांगण्यापेक्षा मी देहविक्रय करते हे सांगणं जास्त सोपं होतं. लग्नाचं पक्कं झाल्यानंतर मालेवासीसुद्धा एकदा हटून बसला होता. लग्न ठरवण्यापासून ते मेंदी समारंभापर्यंत सगळं काही मी एकटीनं सांभाळलं. आपण 'तन्नोलियिल[१] निकाह' करूया असं माझं मत होतं. पण या प्रस्तावामुळं सगळेजण भावनाविवश झाले.

''तिचे वडील जवळच आहेत, त्यांना का बोलवायचं नाही?'' त्यांचं मत होतं.

मलाही वाटलं, की मी माझं मत तिच्यावर लादतीय. मी व्हिडिओ चित्रीकरण वगैरे सगळा थाट केला होता. लग्न अगदी दणक्यात होणार होतं. झीनू काहीच बोलली नाही, पण मला वाटलं, वडिलांची अनुपस्थिती कुठंतरी आतमध्ये तिला सलत होती. म्हणून विवाहाच्या दिवशी सायंकाळी मी तिच्या वडिलांना शोधून मांडवात हजर केलं... अक्षरश: सापळा लावून म्हणा ना! अगदी सिनेमातल्यासारखं घडलं... सायंकाळची वेळ... लग्नाचा मांडव सजला आहे, मेंदी समारंभाची वेळ येऊन ठेपली आहे, त्याच्या नातेवाईकांची नजर त्याला शोधतीय... आणि तो दिसतो!

झीनू वर्षभर मालेमध्ये होती. माझा अंदाज होता, की ती इथं जाऊन-येऊन राहील. मी आमच्या संघटनेच्या व्यासपीठांवर अत्यंत सक्रिय होऊ लागले. वर्षभरानंतर, माझे सगळे अंदाज चुकवत ती लग्नबंधन मोडून, नवऱ्याला सोडून इकडं परत आली. तिथं त्या माणसाचं दोन मजली घर होतं. तिथंच खाली त्याची बेकरी होती. खरं तर त्याला बेकरीत काम करायला मुलगी हवी होती. माझ्या मुलीच्या गळ्यात ते काम आलं. तिला क्षणभराचीही उसंत न देता, पोटभर अन्नपाणीसुद्धा न देता त्यानं तिला कामाला जुंपलं होतं. मालेमध्ये पुरुषांपेक्षा स्त्रियांना अधिक किंमत व प्रतिष्ठा असते, पण या माणसाचं कुटुंब केरळमधलं होतं, त्यामुळं त्यांच्याकडं त्याच्या नेमकी उलट पद्धत होती! त्याच्यादृष्टीनं पुरुषांचं स्थान मोठं होतं. त्याच्या

लेखी पत्नी म्हणजे केवळ गुलाम होती. तो तिला माहेरीसुद्धा जाऊ देत नसे. अखेर, तिनं काहीतरी सबब शोधून काढली आणि तिथून कशीबशी सुटका करून घेतली. त्यानंतर ती परत गेली नाही.

तिचं परत येणं हे माझ्यासाठी फार मोठं आव्हान होतं. मी तुम्हाला सांगितलंच आहे त्याप्रमाणे त्या दरम्यान माझं नाव प्रसारमाध्यमांसमोर ठळकपणे येऊ लागलं होतं, त्यामुळं मला पटकन् ओळखत असत. तिची राहण्याची व्यवस्था ही अतिशय मोठा प्रश्न बनला. सुरुवातीला मी मैत्रेयनकडं गेले, पण त्यांच्या घरी नेहमीच माणसांची भरपूर वर्दळ असायची, त्यामुळं झीनू तिथं फार काळ राहू शकत नव्हती. त्यानंतर पुन्हा आमचं चक्र सुरू झालं... या घरातून त्या घरी... कधी इंदिराच्या घरी, कधी देहविक्रय करणाऱ्या महिलांच्या मुलांसाठी असणाऱ्या 'चिल्ला' या सदनात, कधी रेश्माकडं, कधी माझ्या पुतणीच्या घरी.

तिच्या आयुष्यातला हा दुसरा टप्पा म्हणजे खरोखरच सत्त्वपरीक्षा होती कारण तिच्यावर आता एका लग्नाचा शिक्का लागला होता. ती कुणाचा हात धरून पळून गेली तर असा विचार कायमच असायचा, आता तर तो अगदी घट्ट झाला होता. तिला कुठंही फार काळ ठेवणं अशक्य झालं होतं.

या सगळ्यामुळं तिच्यात अतिशय सकारात्मक बदल घडले. ती अतिशय निर्भय बनली... वृत्तपत्र प्रतिनिधींना सामोरं जाण्याइतकी व सार्वजनिक समारंभांत भाग घेण्याइतकी धीट बनली. जयश्रींच्या सहवासानं तिच्यात बरंच चैतन्य जागलं.

आपली उम्मा काहीतरी चुकीचं करतीय या विचारानं पछाडण्याऐवजी तिच्यावर तिच्या उम्माला स्वीकारणाऱ्या माणसांचा प्रभाव पडला. तिनं पाहिलं, की नलिनीच्या मुलीला सोडून दिलं गेलं नाही तर तिला स्वीकारलं गेलं. या गोष्टीनं तिचा आत्मविश्वास प्रचंड झपाट्यानं वाढला. त्याआधी तिची नेहमीची रीत म्हणजे संकटसमयी विरोध न करता सहन करत राहायचं. तिचा कोलकत्याच्या देहविक्रेत्यांशी जो संपर्क आला त्यातून तिला बऱ्याच गोष्टींचे धडे मिळाले.

बांग्लादेश वसाहतीत

मी एका बैठकीसाठी कोझीकोडेला गेले होते. त्यानंतर मी तिथंच स्थायिक व्हायचं ठरवलं. मी २००४ साली बांग्लादेश वसाहतीतल्या शांतीनगरमध्ये घर उभारलं, आणि तेव्हापासून मी तिथंच राहत आहे. माझ्या मुलीनं तिच्या एका मैत्रिणीसोबत दारोदार जाऊन मार्केटिंग सुरू केलं. त्यातून फारशी मिळकत होत नसली तरी तिला स्वत:चं स्वत: काहीतरी मिळवायचं होतं.

सुधीर नावाच्या रिक्षाचालकाला ती फार आवडली आणि त्यानं लग्नाची मागणी घातली. त्यावेळी तिची मनोवस्था अशी होती की तिला भारतातल्या

कुणाशीही लग्न करणं म्हणजे सर्वनाश असं वाटत होतं! त्यामुळं सुरुवातीला तिनं लग्नाचा प्रस्ताव नाकारला, पण जेव्हा तिला समजलं, की त्यानं माझ्याबद्दल व तिच्या पहिल्या लग्नाबद्दल सगळं माहीत असूनही लग्नाची मागणी घातली आहे, तेव्हा तिचा विरोध मावळू लागला. ती बांग्लादेश वसाहतीतसुद्धा देहविक्रेत्यांच्या मुलांसोबत असायची, त्यामुळंही ती बरीच धीट बनली. इथंसुद्धा नलिनीची मुलगी असणं या गोष्टीनं तिचं धैर्य आणखी वाढलं. आम्ही आमचं नाव अथवा आमची मुळं कधीही लपवली नाहीत.

या लग्नाच्या बाबतीतही काही प्रमाणात विरोध झालाच, पण आम्ही त्या सगळ्यावर मात केली आणि अखेर हे लग्न झालं. त्यानंतर मला लक्षणीय स्वस्थता व मन:शांती लाभली आहे. माझा जावई बी. ए. आहे. तो मला स्वीकारतो, समजून घेतो. त्यांच्या लग्नानंतर तो माझ्या मुलीसमवेत एका समारंभाला आला होता- त्या समारंभात हिजडे, देहविक्रेत्या व समलिंगी लोक होते- या गोष्टीचा मला आनंद झाला होता.

लग्न मोडणाऱ्या मुलीला लग्न न झालेल्या मुलीसारख्याच अडचणी असतात. प्रत्येकजण तिला आपल्या घरी ठेवून घ्यायला कचरतो. ती मालेहून परत आल्यानंतर मी वर्षभर तिरुवनंतपुरममध्ये एका भाड्याच्या घरात राहिले होते. लग्नबंधन मोडून आलेल्या बाईकडं ती 'नरभक्षक' असावी अशा नजरेनं पाहिलं जातं... जणू ती सदैव पुरुषभक्ष्याच्या शोधात फिरत असते! तिला घरात एकटीला ठेवून जाताना नेहमी ही अडचण असायची. खरं तर, आम्ही कोझीकोडेला राहायला येण्यामागं हेच कारण होतं आणि आम्ही तिथं आलो म्हणून तिचं व्यवस्थित लग्न झालं. आत्तापर्यंत तरी सगळं काही नीट सुरू आहे, एवढंच आपण म्हणू शकतो, नाही का?

◆

तिरुवनंतपुरममधले लोक पून्थुरा- बीमाप्पल्ली भागाकडं दहशतवादी प्रदेश म्हणून पाहतात. या दोन्ही भागांतील लोकांमध्ये अनेकदा तुफान हाणामाऱ्या झाल्या आहेत. मी तिथं वास्तव्य केलं आहे. माझा अनुभव आहे, की तिथली माणसं इतर माणसांपेक्षा कितीतरी चांगली आहेत. बांग्लादेश वसाहतीमधल्या लोकांबद्दल माझं हेच मत आहे. बाहेरून पाहता हा भाग कुप्रसिद्ध वाटतो. इथल्या मुलांना चांगल्या ठिकाणी नोकऱ्या मिळत नाहीत, लोक त्यांच्याशी नीट वागत नाहीत... तुम्ही कुणालाही "मी इथं राहतो" असं सांगून बघा, तुमच्याबद्दल 'कामातून गेलेलं प्रकरण' असं मत बनेल. पण मला मात्र इथल्याइतकं सुरक्षित कुठंच वाटलं नाही. आम्ही सगळेच 'कामातून गेलेली प्रकरणं' असल्यामुळं बाहेरचे लोक आम्हाला त्रास देत नाहीत, आणि आम्ही सर्व रहिवासी परस्पर सहकार्यानं व स्नेहभावानं

मजेत राहतो.

बांग्लादेश वसाहतीत काही महिन्यांपासून एक नवी 'दारूबंदी समिती' भाताची लापशी मोफत पुरवत होती. माझा त्यांच्याशी कायम खटका उडायचा. तुम्हाला सांगते, बांग्लादेश वसाहतीत अवैधरीत्या हातभट्टीची दारू गाळली जात नाही. तिथं दोन प्रकारांनी दारूविक्री होते.

एक मार्ग म्हणजे घाऊक दुकानातून व्यवस्थित बिल करून बाटल्या विकत आणून, त्याची छोट्या मापांत किरकोळ विक्री होते. यामध्ये बाटलीमागं जवळपास पन्नास रुपये सुटतात. काही छोटी कुटुंब या धंद्यावर उपजीविका करतात. काही माणसांना दिवसाकाठी दोन बाटल्या विकणं जमतं.

दुसरा मार्ग म्हणजे मेंगलोरहून 'डुप्लिकेट' दारू आणून ती मिलीटरी दारू म्हणून विकली जाते. अशा या भागात दारूबंदीवाले सभा घेत होते, निषेध करत होते. या भागांत बंदी घालायला होतंच काय? कशावर बंदी? त्यापेक्षा त्यांनी घाऊक दुकानांकडं मोर्चा वळवून तिथं याची अंमलबजावणी करण्याचा प्रयत्न का करू नये? बारच्या परवान्यांवर का बंदी असू नये? ज्या ठिकाणी दिवसाकाठी जेमतेम चार बाटल्या दारू विकली जाऊ शकते, त्याठिकाणी दारूबंदी विरोधी प्रवचनांचा काय उपयोग आहे? मी आमच्या शेजारीच 'व्हीआयपी' भागात एका लग्नाला गेले होते, तिथं मी पाहुण्यांना हीच दारू दिलेली पाहिली आहे!

त्यानंतर अर्थातच तिथं भाताच्या लापशीचं मोफत वाटप सुरू झालं. त्याचा निम्मा खर्च सरकार करत असते व निम्मा ही दारूबंदी समिती. एके दिवशी माझी विहीण आमच्यासाठी ती लापशी आणायला गेली. तिनं माझ्यासहित चार माणसांसाठी लापशी मागितली.

पण त्यांनी सांगितलं, नलिनीला लापशी देता येणार नाही कारण ती इथली नाही.

पण, मी विपन्नावस्थेत असल्यामुळं इथं आश्रयाला आले होते, ही वस्तुस्थिती नाही का? मला लापशी देता येणार नाही म्हणणारं, हे कसलं सरकार म्हणायचं?

त्या जोडीला इतरही काही नियम आहेत. तुम्हाला लापशी हवी आहे ना, मग तुम्ही रांगेत उभं राहायचं, अगदी चिमुरडं पोर असलं तरीही! तुमच्या पदरात जे काही पडतंय ते सहृदय औदार्य आहे, ते कसं स्वीकारायचं त्यासाठीही पोलादी नियम आहेत!

लापशी मागणाऱ्या घरांना क्रमांक दिले आहेत, ते कागदोपत्री व घरांच्या भिंतीवरही नोंदवले आहेत! आता आपापली लापशी आणायला जाताना सोबत कार्ड न्यावं लागतं. काही कार्ड पाच लोकांची आहेत, काही तिघांची, श्शीऽ.... अतिशय हलाखीच्या परिस्थितीत असल्याशिवाय कुणी तिथं तोंड वेंगाडत जाईल

का? लापशीसोबत तिथं बंगाली हरभरे व इतर कडधान्यंही मिळतात... चांगले आरोग्यकारी हिरवे हरभरे मिळत नाहीत, तर कुणालाही नकोसे असतात असे जीवनसत्त्व वगैरे काहीही नसणारे मरके तांबडे हरभरे मिळतात.

पण या कहाणीतला सर्वोत्तम भाग अजून बाकी आहे. मला लापशी न देणाऱ्या याच माणसांनी... याच लोकांनी मी दारूबंदी समितीच्या पहिल्या सभेचं चित्रीकरण केलं त्या दिवशी मला उडीदवडा व चटणी खाऊ घातली... "घ्या ना मॅडम, घ्या" असं आग्रह करकरून!

आम्ही लापशीच्या ऐवजी भात वाढून उपकाराची परतफेड करू शकलो असतो तर किती बरं झालं असतं. पण असं करणंही हास्यास्पदच होतं. हे म्हणजे एकानं गाय मारली म्हणून दुसऱ्यानं वासरू मारण्याचा प्रकार झाला असता. माणसं जर परिस्थितीनं गांजून असहाय्य नसती तर त्यांनी आत्मसन्मानाच्या जाणिवेतून सरळ ती लापशी नाकारली असती. शंभरावर लोकांना वाढली जाणारी लापशी आता फक्त तीस एक लोकांनाच वाढली जाते.

आश्चर्याची गोष्ट म्हणजे, या असल्या भिकेपेक्षा देहविक्रय जास्त वाईट असं लोक म्हणतात. ते म्हणतात, आम्ही तुम्हाला काम देऊ. पण ते आम्हाला काय काम देणार? जी माणसं कामासाठी रांगा लावून उभ्या असलेल्या चांगल्या धट्ट्याकट्ट्या व सुशिक्षित लोकांना काम देऊ शकत नाहीत, ते लोक असली वचनं देत असतात!

देहविक्रय करणाऱ्यांच्या पुनर्वसनाच्या प्रयत्नांच्या बाबतीतही अगदी हेच होणार आहे. त्यांना अशाच एखाद्या भागातून हाकलवून भिकेवर जगवलं जाईल. ते भिकाऱ्यांच्या बाबतीत करतात तसं. पुरुष, महिला, मुलं सर्वांसाठी एक शेड उभारायची... लांबच लांब शेड, जिथं वाऱ्याची झुळूक आली तरी खूप म्हणायचं! गुरुवायूरमध्ये अशी एक शेड होती. मी तिथं एकदा राहिले आहे. निरनिराळ्या दु:खांचा झाकोळ लादलेल्या माणसांना असं एकत्र गोळा करण्याला मी कुत्र्याच्या खोलीत कोंडून घालणं म्हणते.

बेघर माणसांनी एकत्र येऊन आपापल्या छोट्या झोपड्या उभारल्या आणि बांग्लादेश वसाहत वसली. त्या माणसांची मिळकत शून्य होती. मग त्यातल्या काही माणसांनी गावातून काही देहविक्रेत्यांना तिथं राहायला आणलं. रात्रीच्या वेळी त्या पैसे कमवायला बाहेर पडल्या की ही माणसं त्यांची मुलं सांभाळायची, त्यांचे कपडे धुवायची, त्यांना विश्रांतीला जागा देऊ करायची. अशा प्रकारे तिथले रहिवासी दोन प्रकारांत विभागलेले आहेत- पहिल्यांदा इथं आलेले व नंतर इथं आणलेले. त्यानंतर देहविक्रेत्यांनी इथं आपापली घरं उभारायला सुरुवात केली. त्यांनी घरं विकत घेतलेली आहेत असं क्वचितच असायचं. अशा प्रकारे ही वसाहत बनली. अगदी आता आता इथं गांजा आला. त्यांची गावात विक्री करणं अशक्य झाल्यानंतर,

त्याची इथल्या घरांतून विक्री सुरू झाली. या धंद्यात काहीजण मालामाल झाले तर काहीजणांच्या पाचवीला पुजलेलं दैन्य-दारिद्र्य तसंच राहिलं. त्यातून श्रीमंत व कंगाल अशी विषमता व त्याची जाणीवही निर्माण झाली आणि बांग्लादेश कॉलनीचे दोन भाग पडले. गांजामध्ये कुठलंसं विष मिसळल्यामुळं सतरा लोक मृत्युमुखी पडल्यानंतर तर दुराव्याची दरी प्रचंड रुंदावली. दाक्षिणात्य भागात मादक पदार्थ इतके उघडपणे विकले जात नसत. पण मी उत्तरेकडं गेले होते तेव्हा पाहिलं, लोक त्यासाठी रांगा लावायचे. यातूनच मत्सराचं बीज पडलं. राजकारण्यांनीही दुसऱ्या बाजूच्यांना भडकवलं आणि या लोकांना मारहाण झाली. काही घरं उद्ध्वस्त करण्यात आली. खरं तर सगळे राजकारणी यात गुंतलेले आहेत. शिवाय या सगळ्यांच्या मागं प्रचंड मोठी 'ड्रग लॉबी' कार्यरत होती. जेव्हा हे छोटे मासे नफा मिळवू लागले तेव्हा त्यांना बाहेरूनही माल मिळू लागला, त्यामुळं मोठ्या माशांना तीन-चार घरं धुळीला मिळवणं आवश्यक बनलं.

दृक्श्राव्य प्रसारमाध्यमांची माणसं आम्हाला चित्रीकरण करायचं आहे अशा सबबीखाली कित्येक घरांत घुसतात. यांना कुणी परवानगी दिली? मादक पदार्थांच्या व्यापाराचं वृत्त देण्याच्या नावाखाली ते सरोजिनी या देहविक्रेतीच्या घरात जनावरांसारखे घुसले. हे अत्यंत पशुतुल्य वर्तन आहे. त्या घरात चार तरुण बायका राहतात. एके दिवशी माणसांचा एक घोळका जबरदस्तीनं त्या घरात घुसून थेट स्नानगृहापर्यंत पोचतो! त्यावेळी समजा त्यातली एखादी मुलगी आंघोळ करत असती तर? स्थानिक पोरांनी त्यांच्यावर दगडफेक केली. आत्मसन्मान असणारी कुठली व्यक्ती असं करणार नाही? या पोरांनी आपल्या बहिणींच्या प्रेमाखातर हे कृत्य केलं. पोलीस आले, पण राखणीच्या कुत्र्यासारखे. त्यांनाही दगडफेकीचा प्रसाद मिळाला. त्यांनी आमच्या पोरांना काळंनिळं होईपर्यंत मारलं.

■

---

१. *सर्वसाधारणपणे वडील किंवा भाऊ 'निकाह'च्यावेळी पुढं असतात, पण या नातेवाईकांच्या अनुपस्थितीत एखादी बाई विवाह लावू शकते, त्याला 'तन्नोली' म्हणतात.*

५

एकेजींचं स्वागत करणारी मुलगी

माझ्या वलियाचनच्या मुलाला काँग्रेस कार्यकर्त्यांनं गोळी घातली होती, त्यावेळी एकेजी व सुशीला गोपालन[१] त्याला भेटायला आमच्या घरी आले होते. त्यांचं शहाळं देऊन स्वागत करण्याचं काम माझ्यावर सोपवलं होतं. ते लाकडी खुर्च्यांत शेजारी शेजारी बसले होते. त्याकाळी आमच्या घरात फक्त रॉकेलचे दिवेच असत, त्यामुळं आम्ही चिमणी पेटवून जमिनीवर ठेवली होती. वलियाचनच्या घराचं छत जुन्या शैलीच्या घरांचं असल्यामुळं तसं बुटकं होतं. एकेजींच्या भेटीची आठवण आजही माझ्या मनात चित्रासारखी आहे... एकेजींनी शहाळं घेण्यासाठी हात पुढं केला होता.. सुशीला गोपालन यांच्या देखण्या गोऱ्यापान नितळ चेहऱ्यावरची गुलाबी छटा... त्या कॉफीच्या रंगाचीही नाही व काळीही म्हणता येणार नाही अशा रंगछटेची पारंपरिक साडी नेसल्या होत्या. मी मल्याळी लोकगीतांच्या कार्यक्रमाच्या नायिकेसारखी सजले होते... छातीभोवती साडी गुंडाळलेली, डोक्याच्या एका बाजूला लाल रेशमी धाग्यानं केस बांधून तो केशसंभार खांद्यावरून सोडलेला. माझ्या मनात माझी ती छबी कितीतरी काळ टिकून होती... एकेजींचं स्वागत करणारी मुलगी.

मी त्या दरम्यान नकळत एका संपाची नेता बनले होते. मी पहिल्यांदा कामावर गेले तेव्हा दोन रुपये हजेरी मिळायची.

मी अडीच रुपये हजेरी मागितली आणि आम्हाला एवढे पैसे मिळाले नाहीत तर कामावर येणार नाही असं जाहीर केलं.

त्यावर मालक खेकसला, "तू यायची काही गरज नाही, आणि... उद्यापासून तुमच्यापैकी कुणालाच इथं काम मिळणार नाही."

मी त्याचं बोलणं गांभीर्यानं घेतलं. मी ज्या बायकांसोबत कामाला जायची त्या सकाळी कामावर जाताना आपापल्या पाट्या घेऊन माझ्या घरी येत असत. मी त्या सगळ्याजणींना सांगितलं, की आपल्याला काम मिळणार नाहीये.

पण यातून बंडाचं निशाण फडकलं. कामावर सगळे पुरुष हजर झाले. मात्र

माझ्या गटातल्या बायका गेल्या नाहीत. कामावरच्या लोकांना वाटलं, की मी राजकीय कार्यकर्त्याची मुलगी असल्यामुळं बोलल्याप्रमाणे करून दाखवलं, मात्र मला त्यावेळी राजकारण वगैरे काहीच ठाऊक नव्हतं. माझ्या आत कुठंतरी एक आवाज मला सांगत होता, की जे बोलली आहेस ते करून दाखव. मी सगळ्यांचं नेतृत्व केलं होतं.

माझ्या मनात याही पूर्वीचं एक स्मृतिचित्र आहे. मी अकरा वर्षांची असताना, अतिरिक्त असलेली जमीन मिळवण्याच्या संघर्षाचा भाग म्हणून आयोजित केलेल्या निदर्शनांत भाग घेतला होता.

"आम्हाला जमीन द्या, जमीन द्या, आम्हाला भातशेती करायला, रताळी उगवायला जमीन द्या," अशा घोषणा असत.

हातात ध्वज उंच धरून अशा घोषणा देत जाताना आपण कुणीतरी लक्ष वेधून घेणारी व्यक्ती आहोत अशी भावना माझ्या मनात जागली होती. मला अगदी 'शूर वीर महिला' असल्यासारखं वाटलं होतं! माणसं रस्त्याकडेला उभी राहून पाहत आहेत हे लक्षात आल्यावर मी अधिक जोरानं घोषणा दिल्या होत्या. पण मला पुढं समजलं, की लोक निरखत उभे होते कारण मी सुंदर होते! मी फक्त अकरा वर्षांची असेल तरी उफाड्याची होते, त्यामुळं मी चौदा वर्षाच्या मुलीसारखी दिसत होते. गुडघ्यापर्यंत स्कर्ट व अर्ध्या बाह्यांचा ब्लाऊज हा माझा पोशाख होता. पुढं हा सिल्क स्मिता[२]चा पोशाख बनला. त्या काळी पोशाख फक्त एवढेच असत!

या मोर्च्यात आमच्यासमवेत एक वृद्ध महिला आली होती. ती आमच्या घरी यायची तेव्हा तिला जमिनीतल्या खड्ड्यावर झाकलेल्या पानातून भाताची लापशी वाढली जात असे. ती लापशी पिताना न चुकता पानाच्या तळाला चीर पाडत असे. मी म्हणायची आपण तिला आपल्या व्हरांड्यात वाढूया. पण वडिलांना ते मान्य नसायचं. लक्षात घ्या, ते फक्त कम्युनिस्टच नव्हते तर श्री नारायण गुरूंचे अनुयायीही होते!

आई

आईला जाऊन चौदा वर्षे झाली. तिची व माझी भेट त्याहीपूर्वी कित्येक वर्षांपासून थांबलीच होती. तिची नोकरी गेल्यामुळं तिचा जीवनावरचा सगळा ताबा सुटला होता. त्यानंतर वडिलांनी व पुढं माझ्या भावानंच सगळे निर्णय घेतले.

मला कळायला लागलं तेव्हाचं चित्र डोळ्यांसमोर येतं. ती त्यावेळी छान राहायची... पारंपरिक साडी, कपाळावर चंदनी टिळा, लांबसडक केस मोकळे सोडलेले अशा रूपात असायची. पण आमचे दिवस फिरले तेव्हापासून ती सतत रडत असायची. वडील रागावलेले असले की तिला मारायचे. मग ती पुन्हा रडायची. कधीकधी वल्यम्मा तिची खरडपट्टी काढत असे, अशावेळी माझे वडील

कधीच तिच्या पाठीशी उभे राहिले नाहीत. आता मला असं जाणवतं, की माझ्या वडिलांवर त्या काकीचा भलताच प्रभाव होता... कदाचित मोठ्या भावाची बायको या नात्याच्या आदरामुळं असेल. ती मादक होती... हेही कारण असू शकेल.

मला सुब्बारेट्टनपासून पहिलं मूल झालं तेव्हा बाळंतपणानंतर माझी काळजी घ्यायला आई गुपचूप यायची. त्यावेळी ती गिरणीत कामाला येणाऱ्या मुलांना शिकवण्याच्या तात्पुरत्या स्वरूपाच्या कामातून चार पैसे मिळवत होती. ती कामाच्या बहाण्यानं घराबाहेर पडून, माझ्या काळजीनं आमच्याकडं येत असे.

मी देहविक्रयाच्या व्यवसायात आल्यानंतर मी तिला गुपचूप भेटायला जायची. त्यावेळी मी तिला पैसे देऊ करायची, पण तिनं ते कधीही घेतले नाहीत. देहविक्रयातून मिळवलेला पैसा म्हणजे पापानं लडबडलेला पैसा अशी तिची घट्ट धारणा होती.

ती माझ्या गळ्यातली साखळी पाहून विचारायची, ''ही सोन्याची आहे का?''

मग मी सांगायची, की सोन्याची नाही, सोन्याचं पाणी दिलेली आहे. त्यावर ती मला सल्ला द्यायची, की मिळवलेला पैसा सोन्यात गुंतव. पुढं हेच पैसे तुझ्या मुलांच्या उपयोगी पडतील. पुढं तिला मी मुलांच्या पालनपोषणाचा खर्च करते हे समजल्यावर तिनं मला सांगितलं होतं, की अगदी जरूर तेवढेच पैसे पाठव व बाकीचे तुझ्यासाठी साठवून ठेव, कारण तुझी मुलं तुला विचारणार नाहीत.

आमच्या या गुप्त भेटीगाठींची लवकरच अखेर झाली. माझ्या भावाचं माझ्या आधीच लग्न झालं होतं. घरावर त्याच्या बायकोची हुकूमत सुरू झाली तेव्हा माझ्या आईला एकटीनं बाहेर जायला बंदी आली. कुठंही बाहेर जायचं म्हटलं की भावाची मुलगी तिच्यासोबत असायची. हे आई मला भेटते का, यावर पाळत ठेवण्यासाठी असायचं. त्यामुळं आम्हाला एकमेकींना भेटणं अशक्य झालं. तिनं अखेरचा श्वास घेतला तेव्हासुद्धा मी तिला पाहू शकले नाही.

मी एकवीस वर्षांची असताना माझं पहिलंवहिलं छायाचित्र घेतलं होतं. मी त्यामध्ये पारंपरिक साडीत आहे. त्या फोटोत मी बरीचशी आईसारखी दिसते. 'माझ्या'सारखी नाही! घरात आईचा काळा ब्लाऊज पारंपरिक साडी अशा वेशातला एक मोठा केलेला फोटो होता. मी फोटोसाठी लाल ब्लाऊज घातला होता, कपाळावर लाल कुंकू लावलं होतं, पण फोटोत हे सगळं काळंच दिसत होतं!

आईनं कपाळावरचं ते कुंकू फक्त फोटोपुरतं लावलं होतं. एरवी ती कधीही कुंकू लावत नसे. तिनं अगदी कोवळ्या वयात नऊ बाळंतपण झेलली होती. त्यातली तीन मुलं मेली, सहाजणांना वाढवावं लागलं. वडिलांची नोकरी गेल्यानंतर आईनं अत्यंत दुःख-दारिद्र्यात दिवस कंठले. मी तिच्या कपाळावर कुंकू रेखलेलं कधीही पाहिलं नाही; अगदी ओनम किंवा तत्सम क्वचित प्रसंगी ती कपाळावर

चंदनी गंध लावायची. कुंकू रेखलेला चेहरा फक्त फोटोपुरती सजावट होती. त्यामुळं मला स्वत:चा फोटो बघताना तशीच भावना येते.

सत्यनचा मृत्यू!

मी पाहिलेला पहिला चित्रपट म्हणजे 'काट्टूतुलसी' या चित्रपटानं मला दोन प्रकारे दु:खं दिलं. पहिलं म्हणजे या चित्रपटाची कथा शोकात्म होती व दुसरं म्हणजे मी वडिलांचा जोरात तडाखा खाल्ला होता.

मी सिनेमाला जायची कारण, मी मुलं जे जे करतात ते सगळं करायला आतुर होते. *चेटन* 'नल्लातंगा'ला जाऊन यायचा आणि आम्हाला कहाणी सांगायचा. त्याच्या सांगण्यावरून माझं मत बनलं होतं, की सिनेमा म्हणजे नाट्यप्रयोग असतो आणि तिथं मंचावर खरेखुरे प्रसंग घडतात. त्यामुळं चेतननं "सत्यम गेला" असं सांगितल्यावर मी विचारलं होतं, "अरेरे, म्हणजे आता इथून पुढं प्रयोग होणार नाहीत, मग?"

आता सत्यन वारला, म्हणजे प्रयोग कसा होणार, नाही का?

त्यावर तो म्हणायचा, "पुढचा प्रयोग नऊ वाजता आहे."

आम्ही सत्यनचा मृत्यू पाहायला गेलो, तेव्हा तो पुन्हा मेला! चेतन इतका वैतागला की मला म्हणाला, "तू म्हणजे अक्षरश: गाढव आहेस गाढव, मी तुला इथून पुढं सिनेमाला नेणार नाही."

आम्ही रात्री गुपचूप घराचा उत्तरेकडचा दरवाजा उघडून सिनेमा पाहायला सटकलो होतो. आम्ही परत कधी आलो तो वडिलांना कळलंसुद्धा नाही, पण आमचा सिनेमाच्या कथेवर वादविवाद सुरू झाला तेव्हा वडील जागे झाले. मी आणि माझा भाऊ- आमची दोघांची सतत कशा ना कशावरून वादावादी सुरू असायचीच. मी वादात जिंकण्याबाबत हटून असायची, मी जिंकलंच पाहिजे! चेटन एरवी सोडून द्यायचा, माघार घ्यायचा, पण त्या दिवशी तोसुद्धा जिंकायचंच अशा हट्टाला पेटला होता. त्यामुळं आमचं भांडं फुटलं!

त्यानंतर मला आवडलेला सिनेमा म्हणजे 'सुक्रतम', त्यामध्ये माम्मूटी निसर्गोपचारानं कर्करोगावर मात करतो असं दाखवलं आहे. मी स्वत: आजारी असताना हा सिनेमा पाहिला.

'ज्वालामुखी'तर्फे आम्ही टी. व्ही. चंद्रनच्या 'सुसाना' चित्रपटावर चर्चा आयोजित केली होती. थ्रिशूर टाऊन हॉलमध्ये झालेल्या या कार्यक्रमानं लोकांचं बरंच लक्ष वेधून घेतलं. आम्ही या कार्यक्रमात दिग्दर्शक टी. व्ही. चंद्रन व 'सुसाना'ची भूमिका साकारणारी अभिनेत्री वाणी विश्वनाथ यांचा स्मृतिचिन्ह देऊन सत्कार केला होता. त्यांनी 'आजवर मिळालेलं सर्वांत मोठं पारितोषिक' असं बोलून दाखवलं होतं. आमच्या सोबत सारा जोसेफ होत्या. आम्ही या चित्रपटाबद्दल मतं मांडली होती. मी

सुसानाचं जग स्वातंत्र्याचं जग असल्याचं नमूद केलं होतं.

कुणाची बांगडी?

मी 'ओट्टनतुल्लल' हा कलाप्रकार मंदिरात पाहिला होता आणि मला तो आवडलाही होता. यामध्ये एक माणूस कापड धरून गातो आणि दुसरा माणूस त्या गीतावर अभिनय करतो. त्यामध्ये नेमक्या ठिकाणी भरपूर विनोदांची पेरणी असते. मला त्यातल्या कलेबद्दल फारसं कळलं नसलं तरी, या माध्यमाचा उपयोग कुणाचीही चेष्टा करण्यासाठी होऊ शकतो हे मी पाहिलं होतं. कथानकात नेमकी जागा सापडली तर तुम्ही या माध्यमातून कशाविषयीही बोलू शकता. मला 'तुल्लल' अभिनेता, सर्वसाधारपणे ज्या गोष्टी बोलता येत नाहीत त्या गोष्टी बोलू शकणारा माणूस म्हणून आवडतो.

मला इतरांसमोर काहीही करायचं म्हटलं की नेहमी लाज वाटत असे. 'कैकोट्टिकली' असो की 'ओनक्कली', मला पदन्यासातलं ओ की ठो येत नसे. मी भाषणं द्यायला सुरुवात केल्यानंतर माझा हा बुजरेपणा लोपला. मी उमलत्या वयात प्रवेश केला, त्यावेळी मुलीला 'ओनक्कली' येत नसणं काहीसं कमीपणाचं मानलं जात असे. माझी वल्यम्मासुद्धा... माझं शिक्षण बास झालं अशी तिची ठाम भूमिका असली तरी, मला 'ओनक्कली' आणि 'कैकोट्टीकली' शिकवण्याबाबतीत फार दक्ष होती. ते उच्चकुलीनतेचं लक्षण मानलं जात असे.

गायनाच्या बाबतीतही असंच होतं. मी लहान असताना 'रामानन्'सारखी काव्यं वाचली होती. अर्थात मी त्या कवितांचं गायन मात्र कधीही केलं नाही! मी 'रामानन्' व 'करुणा' वाचण्याचं कारण म्हणजे ही पुस्तकं माझे वडील वाचत असत. त्यानंतर मी 'पतिनालुव्रित्तम' आणि 'इरुपत्तिनालुव्रितम' या सुरेल पद्यरचनासुद्धा वाचल्या.

'इरुपत्तिनालुव्रितम' मध्ये एक प्रसंग आहे- एक 'असुर' कृष्णाकडे येऊन त्याला आश्रय देण्याची विनंती करतो. मला या पद्याच्या काही ओळी बरेचदा आठवतात, पण अजूनही मला त्या सुरात गाता येत नाहीत. 'रामानन्' च्या बाबतीतही असंच होतं. त्यातल्या काही ओळी जणू माझ्या मनाच्या पाटीवर लिहिल्या असाव्यात, तशा ताज्या आहेत... "फुलांनी शृंगारलेली भरगच्च वनराई"..., "जंगलाच्या सावलीत बकऱ्या चरायला"... अशा ओळी मनात रुंजी घालत असतात, पण मला त्या सुरात अजिबात म्हणता येत नाहीत.

'करुणा' मधला वासवदत्ताचा शृंगार, तिचे पोशाख माझ्या स्मरणात राहिले आहेत. "हात असा लहरायचा, की त्यामुळं नाजूक बांगड्या किणकिणतील..." या ओळींबद्दल माझ्या मनात शंका असायची. कुणाच्या बांगड्या? वासवदत्ताच्या का तिच्या सखीच्या? मला तर असं सुद्धा वाटून गेलं आहे, की हे लिहिणाऱ्याला फारसं कळत नसावं. एखादीनं हात हलवला तर बांगड्या किणकिणतील? अशा

नाजूक बांगड्या? खरंच?...

नलिनी जमीला

वय वर्षे नऊ ते बारा... या दरम्यान माझा देवावरचा विश्वास उडाला. माझी आई कसंही करून नोकरी पुन्हा मिळवण्यासाठी आटापिटा करत होती, त्यावेळी मी कायम तिच्यासोबत असायची. खरं तर, तिला सोबत करण्याचं काम भावानं करायला हवं होतं, पण तो नेहमी अलिप्त असायचा. त्यामुळं आईची मला सोबत नेण्यास अधिक पसंती असे. परतीच्या वाटेवर, कृष्णाच्या मंदिरात आई नोकरी परत मिळावी म्हणून प्रार्थना करायची. त्यानंतर आम्ही नारायणगडी नावाच्या एका ठिकाणी जायचो. तिथं शिवमंदिर होतं. आम्हाला उशीर व्हायचा. वडील रस्त्यावर आमची वाट बघत असायचे. वडील पक्ष कार्यकर्ते होते, त्यामुळं आमच्या चालण्यामध्ये अधिकारी परंपरेचा भाग नसायचा, म्हणजे त्यांचा आईच्या दोन पावलं पुढं चालण्याचा आग्रह नसायचा. ते दोघं सोबतच बरोबर चालत असत आणि देऊळ जवळ आलं, की आई हळूच मागं पडायची आणि प्रार्थना करायची. मला या गोष्टीची फार गंमत वाटायची. शिवाची आराधना करताना वडिलांना का घाबरायचं? मोठं कोण? वडील का शिव? आजही मंदिर पाहिलं की मला या गोष्टीची आठवण होते.

माझी देवावर अजिबात श्रद्धा नाही, असं मी म्हणू शकत नाही. माझ्या आजारपणाच्या काळात मी मशिदीत कसा आसरा शोधला होता हे मी तुम्हाला सांगितलं ना? त्या असहाय्य काळात, तीर्थप्राशन, केसांत मोरपीस फिरवून केलेली प्रार्थना... या सगळ्या गोष्टींचा खूप दिलासा वाटायचा.

बरेचदा मला आसरा मिळाला आहे तो फक्त मशिदीत, मी तिथं मिळणाऱ्या भिक्षेवर जिवंत राहिले आहे. त्यामुळं आपण जर देव नाही असं सरळसरळ म्हणालो तर त्यामुळं दैवी कोप होईल याचं मला नेहमी भय वाटायचं. पण, देव नक्कीच आहे असं खात्रीनं सांगावं असा एकही अनुभव माझ्यापाशी नाही. तरीसुद्धा देव अस्तित्वात नाही असं म्हणताना मला भीती वाटायची. मशिदींमध्ये, मुलींचं अपहरण होतं, त्यांच्यावर बलात्कार होतात, त्यांची छळवणूक होते, नवस फेडायला येणाऱ्यांनी लाच दिली नाही तर त्यांना मारहाण होते... जर देव असता, तर अशा गोष्टी घडल्या असत्या का? येरवडी मशिदीत घडणाऱ्या गोष्टी तर याहूनही वाईट आहेत. मालमत्तेच्या वादांत एखाद्या माणसापासून सुटका मिळवायची असेल तर चक्क त्याला वेडं ठरवून तिथं फेकायचं हा प्रकार सर्रास चालतो. जर या लोकांना परमेश्वराच्या घरातच न्याय मिळत नसेल, तर देवाबद्दल बोलण्यात काय अर्थ आहे? माझ्या साडेतीन वर्षांच्या दुःखद काळात मला देवाचं सामर्थ्य दर्शवणारा एकजरी अनुभव आला असता तरी मी त्याची निस्सीम भक्त बनले असते. पण तसा एकही

प्रसंग घडला नाही.

या काळात, एका गूढविद्या मांत्रिकानं मला आमच्या अनेक भेटींदरम्यान जवळपास पाच हजार रुपये दिले. बऱ्याच लोकांनी मला सांगितलं होतं, की तू आजारपणातून सुटका मिळवण्यासाठी त्याला जाऊन भेट आणि मी, मी तर काहीही करून पाहायला तयार असते! त्यानुसार मी त्याच्याकडं गेले. माझ्या पोटातली गाठ मध्यावर चांगली टम्म दिसायची. मी आंघोळ करून, अगदी स्वच्छ होऊन, केस मोकळे सोडून त्याच्याकडं गेले.

"तू अगदी छान तयार होऊन आली आहेस!" तो म्हणाला.

हे माझं अंत:सामर्थ्य बळकट करण्यासाठी असणार... मी अंदाज बांधला. तिथं 'अयिल्यम'च्या दिवशी एक विशिष्ट पूजाविधी असतो. त्यामध्ये तुमच्या माथ्यावर हळदीचं पाणी ओततात. कधी सात, कधी अकरा अशा संख्येत हळदपाण्याची पात्रं डोक्यावर रिती केली जातात. त्या घराच्या एका बाजूला या पाण्याचा निचरा होण्याची सोय केली होती, तिथं हा विधी होत असे. मला त्याचे नियम, त्यासाठी काय-काय लागतं, वगैरे काहीच माहीत नव्हतं. त्यामुळं मी कपडे बदलण्यासाठी दुसरा जोड आणला नव्हता. त्यानं मला लुंगी दिली, तीच मी पूजेच्या वेळी नेसली. तिथं कपडे बदलण्यासाठी जागा होती. माझ्याजवळ लुंगीवर घालायला ब्लाऊज नव्हता. पण त्यामुळं फार काही बिघडणार नव्हतं, त्यामुळं मी लुंगीच छातीच्या वर नेसली.

माझ्या हातात एक छोटीशी पवित्र मूर्ती ठेवण्यात आली आणि माझ्या माथ्यावर पाणी ओतण्यात आलं. पाणी ओतत असताना मध्येच त्यानं माझे खांदे कुरवाळले. असं परत-परत झालं- तेव्हा मला निराळाच वास आला. त्यानंतर मी कपडे बदलून आत आल्यानंतर त्यानं एका छोट्या बरणीतून एक पाचशेची व तीन शंभरच्या नोटा बाहेर काढल्या. तो नेहमी त्या बरणीत नोटा चुरगळून ठेवत असे. लोक त्याला नोटा देताना अशाच चुरगळून देत असत. मला वाटलं की काहीतरी पवित्र मंतरलेला ताईत वगैरे असेल! कदाचित चुकून झालं असेल, म्हणून मी म्हणाले,

"सार, हे पैसे आहेत."

त्यानं फक्त मान हलवली. मी तिथल्या तिथंच सांगू शकत होते, हे कामातून गेलेलं प्रकरण आहे! त्याचं गायन ऐकणं म्हणजे मोठी मौज होती. तो संस्कृतमधल्या काही पद्यरचना गात असे आणि त्यानंतर, "कृपा करून या तुळशीच्या रोपाची काट्याकुट्यांतून सुटका कर" असं म्हणत असे, हे अस्सल मल्याळी भाषेत असे. आम्हालाही अशा पद्धतीनं प्रार्थना करायला लावतात.

त्यानंतर मला दुसऱ्यांदा बोलावलं. मी तिथं गेले. अशा प्रकारे मला गुपचूप शंभराच्या नोटा देणं नित्याचंच झालं होतं. तो माणसांना दोन ठिकाणी भेटत असे, त्यामुळं तो घरी नसला की "नॉट होम"चा फलक टांगलेला असे. मुख्य पूजाविधी

त्याच्या घरीच होत असे. दुसरं ठिकाण फक्त सल्ला देणं व घरी पूजाविधी करण्याची आगाऊ वेळ ठरवणं यासाठी होतं. एके दिवशी, मला त्या दुसऱ्या ठिकाणी यायला सांगितलं होतं.

मी तिथं गेल्यानंतर जे काही घडलं तो 'सेक्स'चा आदर्श प्रकार होता. हे घडलं नाही तरीही पैसे मिळतच होते. मी तिथं पुन्हा गेले तेव्हा तिथं आणखी एका व्यक्तीलाही बोलावलं होतं. बहुधा त्याला विस्मरण झालं असावं. मी तिथं गेले आणि तो भविष्यकथनासाठी जे काळसर पाणी वापरायचा ते पुसून तिथं तात्पुरता बिछाना तयार केला होता, त्यावर आडवी झाले. तितक्यात दारावरची घंटा वाजली. मग मला पूजेच्या खोलीत नेलं. मला वाटलं, त्याची बायको आली. ती अतिशय देखणी स्त्री होती. पूजेची खोली थोडी अंधारी होती. त्यानं तिला भविष्यकथन-शयनगृहात नेलं, मग स्वत: बाहेर येऊन दार लावलं आणि मला बाहेर जाऊ दिलं. मी तिथं होते ही गोष्ट त्या बाईला माहीत नव्हती.

सगळेच गूढविद्यातज्ज्ञ असे असतील असं नाही. मात्र, ते कसेही असले तरी माझ्या या अनुभवानं माझं त्यांच्याबद्दलचं मत पूर्णत: बदललं!

मला इस्लाममध्ये नव्यानं गेलेली व्यक्ती म्हणून काही प्रमाणात स्नेहपूर्ण मदतीचा हात मिळाला. फरक इतकाच, की ते स्थळानुसार बदलतं होतं. मल्लाप्पुरममध्ये गरिबांना मदत करणारी बरीच ठिकाणं आहेत. तिथं ते लोक "तुम्ही चांगले धट्टेकट्टे आहात ना? मग तुम्ही काम का करत नाहीत?" असले प्रश्न विचारून तुमची चेष्टा करत नाहीत. मी साडेतीन वर्षे ज्या काळात मी देहविक्रय करत नव्हते, त्या काळात मी मशिदींत नव्हे तर घरोघरी भिक्षा मागायला जात असे. याला 'सदका' गोळा करणं असं म्हणतात आणि हे भिक्षेसाठी हात पसरण्यापेक्षा थोडं उच्च दर्जाचं मानलं जातं. तुम्ही नव्यानं धर्मांतर केलंय हे कळताच थोडं जास्त मिळत असे. लोक तुमच्याशी चांगलं वागतात, तुमच्याकडं विशेष लक्ष देतात.

मी काही काळ शाहुल्क्कासोबत मल्लाप्पुरममध्ये राहिले आहे. ही त्याची बायको आखाती देशात गेली तेव्हाची गोष्ट आहे. त्यानं मला सोडून दिलं होतं, त्यावेळी मी निरनिराळ्या मशिदींत, त्यांच्या नातेवाईकांच्या घरी राहत होते. त्याला माझा विषय एकदाचा निकालात काढायचा होता. मी मल्लाप्पुरममध्ये राहण्याचा निर्णय घेतला. त्यानं तिथं कुणाच्याही नकळत एका भाड्याचं घर घेतलं होतं. मी आणि झीनू तिथं राहायचो. शाहुल्क्का तिथं दिवसा यायचा. आता मी त्याची बायको नव्हते, पण आम्हाला लोकांसमोर तसा मुखवटा चढवावा लागायचा. मजेची गोष्ट म्हणजे लोकांना आमच्या वैवाहिक जीवनाबद्दल औत्सुक्य होतं.

शाहुल्क्का दिवसा आमच्याकडं येत असल्यामुळं, झीनूला बरेचदा विचारलं

जायचं, की "तुझे आईवडील कुठल्या वेळेत 'एकत्र' असतात?"

तिला अर्थातच हे 'एकत्र असणं' म्हणजे काय त्याचा अर्थ समजत नव्हता. शाहुल्क्का मला सोडून गेला आणि मी तिथंच राहिले तेव्हा आजुबाजूच्या लोकांनी मला अन्न-वस्त्रं दिली. आखाती देशातून परत येणारे लोक मला नवं कापड देत असत.

मल्लाप्पुरममध्येसुद्धा लोकांनी मला मुलीच्या लग्नासाठी मदत करण्याचं कबूल केलं होतं. पण मी तो निर्णय घेतला नाही. त्यावेळी ती फक्त चौदा वर्षांची होती. जमात-ए-इस्लाम नं मदतीचा हात देऊ केला. आम्ही त्यांची मदत घेतली असती तर तिला पडदा पाळावा लागला असता. तिची तर संपूर्ण श्रद्धा नव्हती. शिवाय, ती मनात आलं तर त्यातून बाहेर पडेल अशा स्वभावाचीही नव्हती. त्यामुळं मी निर्णय घेतला, की जिथून तिला कधीही परत येता येणार नाही अशा ठिकाणी तिला लेवाटायचं नाही. त्यांनी पंचवीस तोळे सोनं देण्याचं कबूल केलं होतं.

मी मुस्लीम म्हणून चोवीस तास डोक्यावर पदर घेऊन वावरले नाही, पण नातेवाईकांच्या गोतावळ्यात मात्र मी पक्की श्रद्धाळू असायचे आणि मी त्यांच्यापासून दूर राहण्याचा निर्णय कधीच घेतला नाही.

मी काही काळ शाहुल्क्कासोबत राहिल्यानंतर 'जमीला' हे नाव घेतलं. एकदा एका पोलिसानं मला नाव विचारलं.

मी उत्तरले, 'जमीला.'

दुसरा एक पोलीस हे ऐकत होता, त्यानं लगेच मध्ये तोंड घातलं, "तू खोटं बोलतीयस, तुझं नाव नलिनी आहे ना?"

मला ओळखणारे लोक अजूनही मला नलिनी म्हणून ओळखतात. म्हणून मी ठरवलं : माझं नाव 'नलिनी जमीला.'

प्रसारमाध्यमांशी संबंध

आमच्या संघटनाकार्याच्या प्रारंभीच्या काळात प्रसारमाध्यमं आमच्याबद्दल प्रतिकूल असली तरी हळूहळू आमचे अनुभव त्यांचं लक्ष वेधून घेऊ लागले. ज्वालामुखीच्या उपक्रमाचं वृत्त वर्तमानपत्रांत व मासिकांत येऊ लागलं. आमच्या मद्रासमधल्या सभेचं वृत्त 'नक्कीरन'नं प्रसिद्ध केलं होतं.

त्याच सुमारास एशियानेट टीव्ही चॅनेलवरील 'नाटरंग' या चर्चात्मक कार्यक्रमामधील काही नाट्यपूर्ण घडामोडींनी लोकांचं लक्ष वेधलं. त्या कार्यक्रमात महिलांच्या समस्यांवर चर्चा सुरू होती.

त्या कार्यक्रमात देहविक्रय करणारी एक बाई म्हणाली, की "आम्हाला नवरा-मुलं आहेत, बऱ्याचजणींनी मुलं दत्तक घेतली आहेत," त्यावर काँग्रेस नेता असणारे एक पंचायत सदस्य ठासून म्हणाले, की "तुम्हाला त्यांना भविष्यात देहविक्रय

करायला लावायचा आहे म्हणूनच तुम्ही मुलं दत्तक घेतली आहेत.''

हे संतापजनक होतं. त्या महाशयांना तिथंच दिलगिरी व्यक्त करायला लावली. त्या बाईनं मुलगा दत्तक घेतला होता!

दृकश्राव्य माध्यमातील माझा पहिलावहिला कार्यक्रम म्हणजे 'एशियानेट' वरील 'अकतलम' या कार्यक्रमातील सहभाग. मी या कार्यक्रमाच्या सत्त्याहत्तराव्या भागात होते. मैत्रेयननं माझी आरोग्य कर्मचारी अशी ओळख करून दिली होती कारण, त्याला माझी देहविक्रेती म्हणून ओळख सांगितली तर कदाचित मला ही संधी नाकारली जाण्याची भीती वाटत होती. पुरुषी वर्चस्वाविरुद्ध कणखर लढा उभारणाऱ्या विनया[3]सुद्धा या कार्यक्रमात सहभागी होत्या.

विनया मला म्हणाल्या, की ''तू तुझी खरी ओळख सांग.''

चर्चेचा विषय होता- 'महिला व पोलीस.' या चर्चेदरम्यान एका वरिष्ठ अधिकाऱ्यानं दावा केला, की आम्ही कधीही देहविक्रेत्यांना त्रास देत नाही. मी त्यांना या विधानाला पुराव्यानिशी विरोध केला. मी काही दिवसांपूर्वीच घडलेल्या एका घटनेकडं लक्ष वेधलं. थ्रिशूरमध्ये सव्वीस देहविक्रेत्यांना अटक करून, त्यांना कोझीकोडेमध्ये गजाआड डांबण्यात आलं होतं. याचं कारण काय तर, KSRTC बसस्टँडवर एक देहविक्रेती एका मॅजिस्ट्रेटच्या बायकोशेजारी उभी होती. यामुळं चिडून, हा अपमान मानून सव्वीस लोकांची गावाच्या विविध भागांतून धरपकड केली होती.

मी विचारलं, ''त्यांना कुठल्या गुन्ह्याखाली अटक केली आहे?''

त्यावर त्यांच्याकडं उत्तर नव्हतं.

मी थ्रिशूरमध्ये घडलेली आणखी एक घटना सांगितली. हा प्रसंग ॲन्टो नावाच्या एका कलाविद्यार्थ्याच्या बाबतीत पोलीस कोठडीत घडला. तिथल्या पोलीस उपनिरीक्षकानं विद्यार्थ्यांना हीच तुमची लायकी आहे असं म्हणत, मूठभर मिरचीपूड घेतली आणि त्यावेळी पोलीस कोठडीत बंद असणाऱ्या अनेक देहविक्रेत्यांच्या डोळ्यांत फेकली.

त्या संपूर्ण चर्चेदरम्यान विनया व मी इतरांचा सामना करत राहिलो. विनयांचं मत होतं, की महिला पोलिसांनी साडी नेसू नये तर पुरुषांसारखा शर्ट-पँट असा पोशाख घालावा. या मतावर बरीच खडाजंगी झाली.

''तुम्ही पँट घालून लघवीला कशा जाणार?'' या प्रश्नावर त्यांनी उत्तरादाखल प्रश्न केला, ''तुम्ही पँट घालून संडासला कसे जाता?''

त्यानंतर एक मत उपस्थित झालं, की जर बायकांनी पँटस् घातल्या तर पुरुष उद्दीपित होतील; त्यावर त्या म्हणाल्या, मीसुद्धा बिनशर्टातले पुरुष पाहून एक्साईट व्हायची!

मी व्यक्तीशः या मुद्द्यावर विनयांशी सहमत नाही. मला वाटतं स्त्रीत्व ही

बाईची ताकद आहे. तोकडे केस ठेवणं, पँट घालणं अशी पुरुषांची नक्कल करणं वेडेपणाचं आहे. मी कितीतरी... अनेक पुरुषांची खूप जवळीक अनुभवली आहे, त्यामुळं मला ते तितके खुले नसतात हे चांगलं माहीत आहे. त्यामुळं त्यांच्यासारखं होण्यात काहीच अर्थ नाही!

माझा सहभाग असणारा आणखी एक मोठा कार्यक्रम म्हणजे 'सन टीव्ही' वरचा कथायल्ला, निजम. चित्रपट अभिनेत्री लक्ष्मीनं या कार्यक्रमाचं सूत्रसंचालन केलं होतं. त्यांनी थ्रिशूरमध्ये 'ज्वालामुखी'मार्फत चालवण्यात येणाऱ्या हॉटेलविषयी 'नक्कीरन'मध्ये वाचलं. या कार्यक्रमाचं चित्रीकरण चेन्नईत होणार होतं. मला त्यावेळी अगदी 'व्हीआयपी ट्रीटमेंट' मिळाली. माझी राहण्याची व्यवस्था पंचतारांकित हॉटेलमध्ये केली होती... हा सगळाच अनुभव अगदी अनपेक्षित होता. लक्ष्मींच्या वागण्यात कुठंही मोठी अभिनेत्री असल्याचा बडेजाव नव्हता. त्या माझं बोलणं नीट लक्ष देऊन ऐकत होत्या. त्यामुळंच मी मला जे काही सांगायचं होतं ते सगळं अगदी परिणामकारकपणे मांडू शकले.

त्यानंतर मी 'एशियानेट न्यूज अवर'मध्ये झळकले.

तिथं मला प्रश्न विचारला, की "तुम्ही देहविक्रय थांबवण्याच्या दृष्टीनं काय करत आहात?"

मी उत्तर दिलं, "माझी हे चालू राहावं अशी इच्छा आहे."

बऱ्याचजणांना हे उत्तर आवडलं नाही, पण तो 'लाईव्ह' कार्यक्रम असल्यामुळं ते कापता आलं नाही!

■

---

१. *एकेजी व सुशीला गोपालन - ए. के. गोपालन व त्यांच्या पत्नी सुशीला... केरळमधील सर्वांत लोकप्रिय कम्युनिस्ट नेते. सुशीलासुद्धा प्रमुख कार्यकर्त्या होत्या. पुढं त्या कम्युनिस्ट पक्षाच्या नेत्या बनल्या.*
२. *मादक भूमिकांसाठी प्रसिद्ध असलेली लोकप्रिय अभिनेत्री.*
३. *विनया या महिला हक्कांसाठी लढणाऱ्या केरळमधील सुप्रसिद्ध कार्यकर्त्या आहेत. पोलिसदलातील या तरुण महिलेनं, महिला पोलिसांच्या हक्कांसाठी पुरुषी वर्चस्वाविरुद्ध लढा दिला आहे.*

६

पुनर्वसन

इतरत्र कुठल्याही ठिकाणापेक्षा केरळमध्ये आमच्याविरुद्धचा नेहमीचा वादाचा मुद्दा म्हणजे आमचं 'पुनर्वसन.'

अनेकजणांनी मला विचारलं आहे, की जगप्रसिद्ध आध्यात्मिक महिला माता अमृतानंदमयी यांचीही याला मान्यता आहे का?

मला या लोकांना विचारायचं आहे, की तुम्ही कधी देहविक्रेतीच्या कौटुंबिक व सामाजिक संबंधांचा विचार केला आहे का? त्यांचं पुनर्वसन करून त्यांचे कौटुंबिक व सामाजिक बंध पुन्हा दृढ करणं शक्य आहे का? त्यांचं पुनर्वसन म्हणजे त्यांना अधिकच दूर व असहाय्य करणं असा अर्थ ठरणार नाही का?

या पुनर्वसनाचा अर्थ तरी काय? देहविक्रेत्यांना एका ठिकाणापासून दुसरीकडं हलवता येईल, पण तिथं त्यांचा टिकाव लागणं शक्य आहे का? देहविक्रेत्यांचा असा कुठलाही समूह नसतो की जो सदैव एकाच ठिकाणी वास्तव्य करतो. या व्यवसायातल्या व्यक्ती येत-जात असतात. समजा काहीजणी बाहेर पडल्या, तर दुसऱ्या आत येतात. मग त्यांचं काय करायचं?

आमची मागणी आहे, की देहविक्रय हा गुन्हा मानला जाऊ नये. हा प्रश्न केवळ परवाने देण्यापुरता नाही. त्यामुळं आणखी काही नवे गुंते निर्माण होतात, डॉक्टर व पोलीस यांच्याकडून अधिकृत मान्यता, कायद्याची लाल फीत... यामुळं भ्रष्टाचाराला चालनाच मिळेल.

आमच्या लेखी 'गुन्ह्याचा शिक्का' दूर करणं याचा अर्थ समजा दोन व्यक्तींना परस्परसंमतीनं शरीरसंबंध ठेवायचे असतील, त्यामुळं इतर कुणाला त्रास होत नसेल, तर त्यावर प्रश्नचिन्ह लावता कामा नये. ही बाब केरळमध्ये, म्हणजे जिथे कुंटणखाने नाहीत, तिथं विशेष महत्त्वाची आहे. मी संघटनेच्या कामानिमित्त अनेक ठिकाणच्या अनेक कुंटणखान्यांना भेटी दिल्या आहेत. कोलकत्याला व कर्नाटकात

कुंटणखाने सर्वोत्तम चालवले जातात. या ठिकाणी ते काही प्रमाणात स्वीकारले जातात. मुंबई व इतर ठिकाणी मात्र बरेचदा अत्यंत भयानक परिस्थिती दिसते. मुंबईतले कुंटणखाने सर्वांत वाईट अवस्थेत आहे. कोलकता, मेंगलोर व कर्नाटकात कुंटणखान्यात देहविक्रेत्यांना गिऱ्हाईक ठरवणं, मोबदला नक्की करणं, प्रत्येक ग्राहकाला किती वेळ द्यायचा ते ठरवणं- असे अधिकार आहेत.

लोकांनी बरेचदा ऐकलं आणि पाहिलं आहे ते मुंबईच्या कुंटणखान्यातील चित्र! कुंटणखाने म्हटलं की बऱ्याच लोकांच्या नजरेपुढं जे भयानक चित्र उभं राहतं, त्याचं हे मुख्य कारण आहे. मुंबईच्या 'रेड स्ट्रीट'बद्दल अनेक अतिशयोक्त प्रतिमा पसरल्या आहेत. अगदी सुशिक्षित माणसंसुद्धा आंधळेपणे यावर विश्वास ठेवतात. उदाहरणार्थ- 'रेड स्ट्रीट'वर चालणारा देहविक्रय व्यवसाय परवान्यानं चालतो. तिथं आरोग्याच्या संदर्भात प्रमाणपत्रे दिली जातात, शिवाय सुरक्षित व असुरक्षित विभाग दर्शवणारी प्रमाणपत्रंही असतात, पण हे काही परवाने नव्हेत.

तिथल्या स्त्रियांची छळवणूक होतेच. त्यांना कसलेही अधिकार नसतात, कसलंही स्वातंत्र्य नसतं, त्यांना तिथं ज्यांनी आणलेलं असतं, त्यांना शरण जावंच लागतं.

केरळमध्ये कुंटणखाने नाहीत. वीस-पंचवीस वर्षांपाठीमागं, तिथं 'कंपनी हाऊसेस' असत.

◆

प्रसारमाध्यमे व राजकारण्यांकडूनच नव्हे तर आमच्यासोबत असणाऱ्यांनीही जाणता-अजाणता विरोधी भूमिका घेतली आहे. सुरुवातीच्या काळात, थ्रिशूरमधल्या एका रंगकर्मीनं आमच्यासाठी एक नाटक केलं होतं. त्यामध्ये देहविक्रेत्यांना विपन्नावस्थेत अत्यंत भयावह, वेदनामयी मरण येतं असं दाखवलं होतं. पण माझं मत आहे, की आम्हाला सहानुभूती किंवा अनुकंपेची गरज नाही. आम्हाला स्वीकारलं जाण्याची गरज आहे. त्यामुळं या विषयावर आमचं कडाक्याचं भांडण झालं. त्या माणसाचं म्हणणं होतं, की मी त्याचा अपमान केला. त्यामुळं आमच्या संघटनेतील काही सदस्यांनी माझ्या या कृत्याबद्दल त्याची माफी मागितली. पण मी माझ्या मताशी ठाम राहिले, की मी त्याचा अपमान केलेला नाही, उलट त्यानंच देहविक्रेत्यांचा अपमान केला आहे. या कारणावरून मी काही काळ संघटनेपासून दूरसुद्धा झाले होते.

जयश्रींसारख्या अगदी मोजक्या बायकांचा अपवाद वगळता, सर्वसाधारणपणे स्त्रीमुक्तीवाल्या देहविक्रेत्यांना स्वीकारायला नाखूष असत. मला वाटतं, सेक्स ही स्त्रीचीही गरज आहे असं त्यांना वाटत नसल्यामुळं असं घडत असावं. मी संघटनेसाठी

सक्रिय झाले तेव्हा अनेकांनी मला विचारलं, की "सेक्स ही पुरुषाची गरज नाही का आणि ती भागवणं हेच खरंखुरं स्त्रीत्व आहे का?"

मला तसं काही वाटत नाही, सेक्स ही फक्त पुरुषाची गरज नाही. स्त्रीमुक्ती चळवळीतल्या बायका सामान्य बायकांपेक्षा फारशा वेगळ्या नसतात, म्हणूनच त्या असले प्रश्न विचारतात.

देहविक्रय व लैंगिक शोषण या दोन निरनिराळ्या गोष्टी आहेत. आम्ही आमच्या संघटनेच्या छत्राखाली देहविक्रेत्यांना एकत्र आणतो. काहीजणी या व्यापारात शोषणाची शिकार बनून आलेल्या असतात. पण ज्या बायका याच व्यापारात राहण्याचं ठरवतात, त्याच फक्त आमच्या संघटनेत सहभागी होतात. जर एखादी महिला रस्त्यावर आढळली तर, सर्वप्रथम आमची संघटना समुपदेशन सत्र घेते. त्यामध्ये त्या महिलेनं स्वत:हून हा व्यवसाय पत्करला आहे की ती अपघाताने या व्यवसायात आली आहे, ते कळतं. ज्या महिलांना यातून बाहेर पडायचं आहे, त्यांना आम्ही मदत करायचा प्रयत्न करतो. आम्ही जर त्यांना नोकऱ्या मिळवून देऊ शकत नसलो, तरी घरगुती बाब असेल तर आम्ही मदतीचा हात देऊ करतो.

'सेक्स रॅकेट' आणि देहविक्रयाचा काहीही संबंध नाही. अशा रॅकेटस्‌मध्ये अपहरणकर्ते बायकांना पळवून नेऊन स्वत:ला वाटेल त्याला विकतात. हा जुलूम-जबरदस्तीचा नंगानाच असतो. यामध्ये सापडलेल्या व्यक्तीचा काही विचारच केला जात नाही... ना तिच्या इच्छेचा... ना देहाचा....

लैंगिक शोषण याचा अर्थ असा, की काही लोक त्यांच्या मौजमजेसाठी तुम्हाला घेऊन जातात आणि तुम्हाला वापरून घेतात. हे बरेचदा संमतीविना घडतं किंवा नोकरी अथवा लग्नाचं खोटं वचन देऊन साध्य केलं जातं. सेक्स रॅकेटस् अशी नसतात. अशा रॅकेटस्‌मधली छळवणूक मुंबईतील कुंटणखान्यांतल्यापेक्षा जास्त भयावह असते. कुंटणखान्यांत निदान स्वार्थापोटी का होईना पण, बाईच्या आरोग्याकडं थोडंफार लक्ष दिलं जातं.

पण रॅकेटस्‌मध्ये तरुण मुलींना अमानुषपणे कुस्करलं जातं. कसलीही दयामाया न दाखवता भोगलं जातं... त्यांचं मन, त्यांचा देह कशाचाही विचार न करता, त्यांना विश्रांतीसुद्धा न देता, त्यांच्या आरोग्याचा विचार न करता.

याचाच अर्थ असा, की लैंगिक शोषण व सेक्स रॅकेटस् यांमध्ये फरक आहे. लैंगिक शोषणाचा बळी ठरलेली व्यक्ती देहविक्रय व्यवसायात येण्याची शक्यता असते.

आम्ही 'पुनर्वसनाची' टिमकी वाजवत फिरत नसलो तरी, आमची संघटना

ज्यांना या व्यवसायातून बाहेर पडायचं आहे त्यांना अनेक मार्गांनी मदत करते. जेव्हा आपण एखादं काम हा 'धंदा' आहे असं म्हणतो, तेव्हा आपल्याला तो करण्यात कायम आनंदच मिळतो असं नाही. उदाहरणादाखल, बांधकामावरचा कामगार. हे काम कुणीही आनंददायी काम आहे असं म्हणून पत्करत नाही, आणि तरीसुद्धा हे काम अशा पद्धतीनं केलं जात की हळूहळू वर-वर चढणाऱ्या इमारतीच्या सौंदर्याची कुणीही तारीफ करावी! नगरपालिकेत झाडूवाल्यांचं काम करणारी व्यक्ती ते काम जगण्यासाठी करत असते. या दोन्ही कामांपेक्षा देहविक्रयाचं काम थोडं वरच्या स्तराचं आहे. बांधकामावर काम करणारे मजूर आजघडीला एखादा दिवस सुटी घेण्याच्या स्थितीत नाहीत. त्याउलट, देहविक्रेत्यांना काम करण्याचं स्वातंत्र्य दिलं तर, त्यांनी आठवड्यातून फक्त तीन दिवस काम केलं तरी ते त्यांना ठराविक पैसे मिळवून देईल, शिवाय त्यांची तब्येतही नीट राहील. अनारोग्यकारक परिस्थितीत काम करणाऱ्या झाडूवाल्यांचं पुनर्वसन व्हावं असं कुणीही म्हणत नाही कारण तसं झालं तर सगळीकडं दुर्गंधी माजेल. बायकांना फसवणाऱ्या माणसांना अगदी अशीच दुर्गंधी येते. अशी माणसं समाजाच्या आरोग्याला घातक असतात.

सेक्स विकत?

काही लेखक विचारत असतात की- सेक्स ही अतिशय आनंददायी, उदात्त गोष्ट नव्हे का?... ती विकता येऊ शकते?

आपल्याला शिकवण मिळाली आहे, की "ज्ञानाची संपत्ती ही सर्वांत मोठी संपत्ती होय." म्हणून जर आपण एखाद्या शिक्षकाला म्हटलं, की आम्हाला ही ज्ञानसंपत्ती फुकट दे, तर तो देईल का? नाही देणार. तो त्यासाठी पगार मागेल. त्यानं शिक्षकीपेशा त्याचसाठी स्वीकारला आहे. येसूदास त्याच्या उत्तम गायनासाठी मानधन घेतो, त्यामुळं संगीत ही आनंददायी कला राहात नाही का? सेक्सबाबतीत असाच विचार केला पाहिजे. अशा कामांमध्ये जशा तापदायक अडचणी असतात तशाच त्या देहविक्रयाच्या कामातही असतात. गायक जसा त्याचा आवाज व त्याचं आरोग्य जपतो तसंच देहविक्रेत्यांनाही स्वतःला जपावं लागतं. मग त्यांनी मेहनताना मागितला तर त्यात एवढं घोर पाप कसलं घडतं?

'वेश्या' हा संस्कृत शब्द आहे. याचा अर्थ 'कुकर्मास प्रवृत्त करणारी बाई.'हा शब्द वाईट अर्थानं घेतला जात असल्यामुळं आम्हाला 'सेक्स वर्कर' हा नवा शब्द घ्यावा लागला. जसं न्हाव्याला 'छोरप्पन' शब्द वापरणं बंद केलं, तसं. माझ्यामते, त्या शब्दांतून जे अपमानास्पद सूचित होतं, त्यामुळं असं होतं, नाहीतर ते सारखेच असतात.

देहविक्रय म्हणजे केवळ 'सेक्स' नव्हे. पैसे देऊन 'सेक्स' विकत घेणं फक्त आलिंगनापुरतं मर्यादित असू शकतं. हे फक्त विरुद्धलिंगी लोकांमध्येच नव्हे तर समलिंगी व्यक्तींदरम्यानही घडू शकते. मला माहीत आहे, बरेच लोक समलिंगींना परस्परांविषयी कशा काय भावना असू शकतात, याचा विचार करत मेंदू शिणवत असतात. अशा प्रकारचा प्रश्न कधीही विचारू नये. प्रेम, आपुलकी, मनावर फुंकर घालणं- यातलं शारीरिक किती व मानसिक किती असले हिशोब मांडणं हा वांझोटा उद्योग आहे. जे लोक सेक्सच्या संदर्भात शारीरिक उपस्थिती, मानसिक उपस्थिती व सामाजिक स्वीकार या गोष्टींचा वजनमापात हिशोब करतात त्यांची कीव करायला हवी. आपण जेव्हा म्हणतो, की पृथ्वी आसाभोवती फिरते, तेव्हा ती एक संकल्पना असते. आता एखाद्यानं त्याची नेमकी जाडी किती, लांबी किती ती मोजण्याचा आग्रह धरला तर काय करणार? आम्ही नेहमी म्हणतो, "डोळ्यांनी जाणून घ्या." पाहणं, स्पर्श, कुरवाळणं आणि मग उत्कट प्रणय या सगळ्यांत सेक्स असतो. या सगळ्या गोष्टी वेगवेगळ्या आहेत.

आपण संगीत ऐकण्यासाठी टेपरेकॉर्डर विकत आणतो, कॅसेटस् विकत आणतो. आपण कोणतं संगीत ऐकायचं तेसुद्धा ठरवतो. निरनिराळ्या प्रकारच्या सेक्सच्या बाबतीत अगदी असंच असतं. जे 'बाहेर' आहेत त्यांना हा प्रश्न विचारण्याचा अधिकार नाही. त्यांनी स्वत:लाच प्रश्न करावा, "सेक्स विकत घेता येऊ शकतो?" प्रत्येकानं सेक्स विकत घेतलाच पाहिजे असं कुणी सांगत नाहीये. ज्याला हवं आहे तो विकत घेऊ शकतो. आपण कपडे खरेदीला जातो तेव्हा कधी विचारतो का, की हे विकत येऊ शकतात का? आपण कधी म्हणतो का, की आम्हाला कपड्यांची गरज आहे, कृपा करून कुणीतरी दान करा हो! यामध्ये जे कुणी 'सेक्स' विकायला अथवा खरेदी करायला तयार नसतील त्यांच्यावर हे लादलं जाऊ नये, या गोष्टीची हमी मिळण्याची गरज आहे.

शिवाय, हे काही पैसे घेऊन प्रणय अथवा भक्तिभाव विकणं नाही. एखाद्या व्यक्तीसोबत ठराविक वेळ घालवण्यासाठी ठराविक किंमत आकारली जाते. आम्ही लोकांना हवं असणारं प्रेम आणि आपुलकी देतो. ही गोष्ट विकली जाऊ नये या मुद्द्यावर भर देण्यापेक्षा ज्यांना याची गरज नाही त्यांनी ते विकत घेऊ नये असं म्हणणं कितीतरी चांगलं! जे लोक अशा गोष्टी बोलतात, तेच लोक जेव्हा त्यांच्या प्रकरणापर्यंत येऊन भिडतं तेव्हा, कला हा मानवतेचा आत्मा आहे आणि माणूस त्यात हरवून जातो असं म्हणत नाहीत? ही माणसं देहातून आत्मा बाहेर काढल्यानंतर कलेशी एकरूप होतात का? आत्मा बाहेर पडला की देहाचं कलेवर होतं. याचाच अर्थ असा, की देहात आत्मा असतो तेव्हाच ही एकरूपता... विरघळून जाण्याची क्रिया घडते. आम्ही एखाद्या इंजेक्शनसारखं देहात काहीतरी टोचतो.

'थरारत्या गाड्या'

माझ्याकडं येणाऱ्या गिऱ्हाईकांत सेक्सविषयक सल्ल्यासाठी येणाऱ्या लोकांचं प्रमाण मोठं आहे. काहीजण अतिआतुर बायकोला कसं खूष ठेवायचं हे जाणून घ्यायला येतात. मी त्यांना सांगते ते तुम्ही अनुभवानं शोधा. मला कसं ठाऊक असेल? यावर फक्त एकच मार्ग असतो. परस्परांना जाणून घेणं. कदाचित एखाद्या बाबतीत नाखुषी असू शकते. पण एखाद्या माणसानं थोडंसं लक्ष दिलं तर, दुसऱ्या माणसाला कुठं स्पर्श केलेला आवडतो किंवा आवडत नाही, हे चांगलं समजू शकतं... ती व्यक्ती केव्हा जरासा विरोध करते किंवा केव्हा गप्प राहते... आपण एखाद्या लहान मुलाला दुकानात घेऊन जातो, तेव्हा त्याच्या नजरेत कोणती वस्तू भरलेली आहे, ते आपल्याला समजतं, होय ना? त्यांना चॉकलेट हवं आहे की लाडू? आपल्याला समजतं. ज्या लोकांना हे जमत नाही, ते लोक असले प्रश्न घेऊन येतात. त्याचपैकी बऱ्याचजणांना त्यांच्या नात्यामध्ये परस्परांना नीट जाणून घेण्याची संधीच मिळत नाही.

सर्व लैंगिक संबंधांची परिणती कौटुंबिक संबंधांतच झाली पाहिजे, असा आपल्या सर्वांचा का आग्रह असतो? सेक्सविषयी खरंखुरं जाणून घेण्यासाठी जीवनभराचे नातेसंबंध जुळेपर्यंत थांबायला हवं का? बायका फक्त पोरं सांभाळायला असतात असं आपण का ठरवतो? समलिंगीसंबंध म्हणजे 'फॅमिली प्लॅनिंग' ही कल्पना स्वीकारण्यात वाईट काय आहे? समलिंगी संबंध म्हणजे खरोखरच फॅमिली प्लॅनिंग आहे. (केरळमध्ये गर्भनिरोधन या संकल्पनेसाठी 'फॅमिली प्लॅनिंग' हा शब्द सर्रास वापरला जातो.) या जगाला इतक्या मनुष्य प्राण्यांची गरज नाहीय, पण तरीसुद्धा काहीजण निर्मात्या ब्रह्मदेवाची जागा घेणारच असतील तर घेऊ देत त्यांना!

जे लोक सल्ला मागण्यासाठी येतात त्यांच्याशी थोडा वेळ खाजगीत बोलण्यासाठी जागा शोधणं फार कठीण असतं. एखाद्या मोठ्या हॉटेलच्या खोलीत किंवा बागेत बसणं हा एक मार्ग असतो, पण एकदा का तुमची देहविक्रय करणारी बाई म्हणून ओळख झाली, की तेही सोपं नसतं. त्यामुळं प्रचंड पिळवणूक होते. रिक्षात बसलं तर दहा रुपये भाडं होईल इतक्या अंतरासाठी दणकून पंचाहत्तर रुपये मोजावे लागतात. शांतपणे बसून बोलता यावं म्हणून एखाद्या हॉटेलमध्ये गेलं तर, जरूर नसतानाही खाद्यपदार्थ मागवत राहावं लागतं. काही काही ठिकाणी तर ते बिलसुद्धा वाढवतात. त्यापेक्षा एखाद्या माणसाशी बागेत किंवा बसस्टँडवरच बोलता आलं तर या सगळ्या गोष्टींचा ताप वाचतो.

समजा तुम्ही लॉजच्या खोलीत गेलात आणि तुम्हाला थोडी जास्त सुरक्षितता हवी आहे, तर सर्वसाधारणपणे ज्या खोलीला दीडशे रुपये मोजावे लागतात, तिथं

सहाशेच्या खाली एक पैसा घेणार नाहीत. सार्वजनिक ठिकाणी बोलण्याचं अधिक स्वातंत्र्य मिळालं, तर हा प्रचंड तोटा लक्षणीयरीत्या कमी होईल. बऱ्याच लोकांना सेक्सऐवजी बोलायला मिळणं पुरेसं होईल.

बरेच लोक बसप्रवासाचा मार्ग निवडतात. थ्रिशूरमध्ये लोक 'थरारत्या गाड्या' (क्विव्हरिंग कार्स) म्हणतात. म्हणजे बोलणं व सेक्स गाडीतच करायचं. अधिकाऱ्यांकडं क्रेनच्या साहाय्यानं कार हटवण्याची यंत्रसामग्रीसुद्धा असते! रस्त्याकडेला उभी असणारी एखादी गाडी जराशी थरथरली तर लोकांचं फार काही गंभीर नुकसान होत नाही. ही गोष्ट सहज न घेता, लोक ती कुठल्याकुठं नेतात आणि ''गाडीमध्ये बॉम्ब असणार'' अशी अफवा पसरवतात! बॉम्ब... खरंच बॉम्बच असतो! थरारणारा... हलणारा बॉम्ब!

सध्या गावात बऱ्याच कार्स, व्हॅन्स व इतर मोठी वाहनं आहेत. या वाहनांत खिडक्यांना पडदे असतात, आत इतर व्यवस्था असते, पण त्या प्रचंड महागड्या असतात. गाड्या एखाद्या निर्जन स्थळी उभ्या केल्या तर, गाड्यांचं 'थरारणं' ही गोष्ट नजरेत येते. शहरातील वर्दळीच्या रस्त्यांवर हा प्रश्न येत नाही. अलीकडंच, मला कारमध्ये एक असाच अनुभव आला. ते गिऱ्हाईक नेहमी कॉन्डोम वापरायला नकार द्यायचं. त्याला कितीही पटवून द्यायचा प्रयत्न केला तरी तो ऐकायचा नाही. त्या दिवशी मात्र तो तयार झाला. मला वाटलं, त्यानं एखाद्या एडस् जनजागृती वर्गात भाग घेतला असणार! पण त्याचं त्यामागचं कारण साधं-सरळ होतं. त्याला गाडीची सीट खराब होण्याची भीती वाटत होती.

आम्हाला आमची घरं सर्वांत खाजगीपण जपणारी वाटतात. लोकांची तिथंसुद्धा घुसण्याची वृत्ती असते. परस्परसंमती असली तरी त्याला लैंगिक शोषणाचं रूप दिलं जातं.

♦

कुठल्याही देहविक्रेतीला विचारून बघा, आमच्याकडं सगळीच गिऱ्हाईकं केवळ शारीरिक सेक्सपुरती येत नाहीत असं तुम्हाला नक्कीच आढळेल. बरीच गिऱ्हाईकं सल्ल्यासाठी किंवा बोलण्यासाठी येतात. समाजापासून दूर पळालेली माणसंच फक्त शरीर सुखासाठी येतात.

थ्रिशूरमधल्या सुप्रसिद्ध मंदिरोत्सवाचंच उदारहण घ्या. जगप्रसिद्ध पूरम या उत्सवाचं. हा उत्सव इथल्या नेत्रदीपक आतषबाजीसाठी प्रसिद्ध आहे. तथापि, केवळ आतषबाजी म्हणजे संपूर्ण पूरम नव्हे! या उत्सवात प्रातः प्रार्थना, 'शीवेली' आणि बरेच धार्मिक कार्यक्रम होतात. अखेर, उत्सवाचा चरमबिंदू म्हणजे आतषबाजी

असते इतकंच. देहविक्रेत्यांची बरीचशी गिऱ्हाईकंसुद्धा आतषबाजीसह मोठ्या धडाक्यात यायला सुरुवात करतात आणि लवकरच सोडूनही जातात.

अनेक बांधकाम मजूर, महिला, गृहपरिचारिका वगैरेसुद्धा देहविक्रय करतात. केरळमधील अनेक शहरांत बांधकामावरच्या मजूर महिला बरेचदा देहविक्रय व्यवसायात येतात. त्यांना काम मिळवण्यासाठी मुकादमांसोबत झोपावं लागतं. त्याला त्यांनी नकार दिला, तर दुसऱ्या दिवशी त्यांच्याऐवजी कुणा दुसरीला कामावर घेतलं जाईल. या महिलांपैकी बऱ्याचजणी देहविक्रय व्यवसायात ही गोष्ट समजून- उमजून येतात, की त्यांना दोन्ही कामं- म्हणजे दळभद्री पगार देणारी बांधकाम मजुरी व देहविक्रय करायची गरज नाही. या व्यवसायात चांगला पैसाही मिळतो.

पैसा

मी पैशाच्या बाबतीत कधीही घासाघीस केली नाही. मी जितके पैसे लागतील तितके देत आले. मी देहविक्रय व्यवसायात आले ती केवळ माझ्या सासूशी तोंडातोंडी करत वाद थांबेनात म्हणून. ती माझ्या मुलांना सांभाळण्याचे मी रोज पाच रुपये द्यावेत अशी मागणी करत असे.

त्याकाळी करण्यासारखं दुसरं काहीच नव्हतं. भाड्याचं घर घेणं शक्य नव्हतं. जगायचं म्हटलं तर दुसऱ्या एखाद्या घराशी नातं जोडावं लागत असे. तेही शक्य नाही ही गोष्ट वर्षभरात स्पष्ट झाली होती. माझा भाऊ व वडील सोडले तर तिथल्या प्रत्येक पुरुषाला मी हवी होते, त्यामुळं मी विचार करण्यात फार वेळ दवडला नाही.

मी त्याही पूर्वीपासून पैसे मिळवण्याबाबतीत दक्ष होते. साधारणपणे सोमवार ते शनिवार सहा दिवस सर्वजण मातीच्या खाणीत कामाला जातात. रविवारी काम केलं तर ते जादा काम धरलं जात असे. त्या दिवशी खाणीतली माती मिसळण्याचं काम असायचं. त्या दिवशी नेहमीच्याच दुप्पट हजेरी मिळायची. म्हणून मला रविवारी कामावर जाणं खरोखर आवडायचं. मी ते पैसे ब्लाऊज खरेदीसाठी वापरायची. मातीच्या खाणीत काम करण्यामुळं आमच्या ब्लाऊजची अक्षरशः वाट लागायची. आम्ही बहुतेक करून फाटके किंवा रफू केलेले ब्लाऊजच घालायचो. माझ्याजवळ जी काही जादा बचत व्हायची त्यातून मी धाकट्या बहिणींसाठी काहीतरी गोड खाऊ घेऊन जायची. माझ्या पाठची बहीण आठ वर्षांची होती. मला तीन लहान बहिणी होत्या. स्वतःला त्या पोरींची काळजी घेणारी ताई या रूपात पाहणं... मला त्या पैशातून खाऊ आणण्यात हे समाधान लाभत असे.

पुढं, मी माझ्या मुलीला सांभाळणाऱ्या बाईला दररोज शंभर रुपये मोजले

आहेत. त्या काळी ही रक्कम खूप मोठी होती. मी त्याकाळी, दररोज साधारण दोनशे रुपये मिळवायची.

♦

मी मेंगलोरमध्ये असताना थोडं तुलू शिकले, थोडं कानडीही शिकले. मला तुलू येऊ लागल्यामुळं कानडीचा उपयोग नव्हता. मी मेंगलोर सोडून, शाहुल्क्काशी लग्न केल्यानंतर आम्ही तामिळनाडूच्या बऱ्याच भागांत राहिले. मी तिथं उत्तम तामिळ आत्मसात केलं. मी मल्याळमनंतर सर्वाधिक उपयोगात आणलेली भाषा म्हणजे तामिळ. मला तामिळ वक्त्यांची शैली फार आवडते व मी तिचं अनुकरण करण्याचा प्रयत्न करते.

मी तामिळ शिकायला सुरुवात करण्याचं कारण म्हणजे राजीव गांधींचा मृत्यू. शाहुल्क्कानं मला ती बातमी वाचून दाखवली होती. मला ती नीट समजली नव्हती. माझी मुलगीही तामिळ शिकली होती. मी काही विचारलं, तर ते दोघंही मला नीट उत्तर देत नसत. त्यामुळं मी स्वतःच तामिळ शिकायचं ठरवलं आणि मुलीच्या पुस्तकांवरून शिकायला सुरुवात केली.

♦

देहविक्रय करणाऱ्यांमध्येही बऱ्याच प्रकारचे लोक आहेत. त्यामध्ये उच्चवर्गीय, मध्यमवर्गीय व कनिष्ठ स्तरातले लोक आहेत. या व्यक्ती दहा किंवा पंधरा रुपयांसाठी हे काम करतात तसंच, ताशी हजार रुपये घेणाऱ्या व्यक्तीही आहेत.

या लोकांमधल्या ज्या उच्चवर्गीय व्यक्ती आहेत, त्यांना आपण देहविक्रेते म्हणतच नाही. ते समाजाच्या नजरेपासून स्वतःचा बचाव करण्यासाठी समर्थ असतात आणि त्यामुळंच त्यांना फारसं सोसावंही लागत नाही. त्यांना काही विशिष्ट गिऱ्हाईकांकडून सोसावं लागत असेलही, पण तेवढंच! मध्यमवर्गीय देहविक्रेते हे काम इतर कुठल्यातरी कामासोबत करतात. यामध्ये सर्वांत भोगावं लागतं, ते कनिष्ठ वर्गाला. पोलिसांकडून अटक, गुंड-मवाल्यांची मारहाण... हे सोसावं लागतं, ते याच वर्गाला. पाकिटमार व गुन्हेगार यांनी करून ठेवलेल्या घाणीचं खापरसुद्धा सक्तीनं यांच्याच माथी फोडलं जातं. अगदी एखादा खून झाला तरीसुद्धा अशा व्यक्तींच्या संपर्कात असल्याच्या आरोपाखाली यांना उचललं जातं.

अलीकडंच, अर्नाकुलममध्ये बोटींच्या धक्क्यावर एका माणसाचा मृतदेह सापडला. त्याचा खून झाला होता. त्या माणसाच्या मृतदेहाजवळ एक वापरलेलं कॉन्डोम सापडलं, एवढ्या धाग्यावरून त्याच्यासोबत देहविक्रेती असणार असा तर्क लढवला गेला आणि एवढ्या कारणावरून देहविक्रेत्यांची शोधमोहीम सुरू झाली.

पोलीस व समाज यांना खऱ्या गुन्हेगाराला शोधण्यात रस नसतो. देहविक्रेत्यांवर अपराधाचं खापर फोडणं सोपं असतं. थ्रिशूरच्या बाजारपेठेतही एक असंच उदाहरण घडलं होतं.

एखादीनं ग्राहकासोबत किती मोकळेपणे वागायचं ते बऱ्याच गोष्टींवर अवलंबून असतं. एखादी व्यक्ती कुठल्या भागात हा व्यवसाय करते आहे, हा घटक यात महत्त्वाचा असतो. मी जवळपास सर्व प्रकारच्या भागांत काम केलं आहे. थ्रिशूरमध्ये KSRTC बस स्टँडजवळ उभ्या राहणाऱ्यांना कनिष्ठवर्गीय समजलं जातं. जिल्हा रुग्णालय या ठिकाणाच्या अगदी जवळ आहे, पण तिथं असणाऱ्यांना व्हीआयपी वागणूक मिळते. समजा तुम्हाला KSRTC स्टँडजवळ एखादं गिऱ्हाईक भेटलं, तुम्ही त्याला तुमच्या अटी सांगायला सुरुवात केलीत तर लगेच प्रतिक्रिया मिळेल, की तू कनिष्ठवर्गीय असूनही जास्त मागत आहेस, पण याच अटी जिल्हा रुग्णालयाजवळ उभी राहणारी बाई सहज घालू शकते. माझ्या करियरच्या सुरुवातीला मी हे दोन्ही अनुभव घेतले आहेत. त्यामुळं मी यांपैकी कुठल्याच ठिकाणी ग्राहकाशी व्यवहार ठरवत नाही. मी येथून दूरवरच्या ठिकाणी जाऊन त्यांच्याशी बोलते, मगच मला स्पष्टपणे बोलता येतं... म्हणजे कोणत्या प्रकारचा सेक्स, किती वेळ, वगैरे वगैरे.

समजा तुम्ही सक्तन स्टँडजवळ उभं राहिलात तर तुम्ही अत्यंत खालच्या वर्गातले आहात असं खात्रीनं समजलं जातं. तुम्ही कशाही दिसत असलात तरी! तुम्ही कुठल्या भागात उभ्या राहता यावर तुमचा 'दर्जा' ठरतो. अगदी नियमित गिऱ्हाईकाच्या बाबतीतसुद्धा, तुम्ही चुकीच्या ठिकाणी व्यवहार ठरवलात तर हे पूर्वग्रह पृष्ठभागावर येतातच... अगदी खात्रीनं!

गिऱ्हाईकाच्या वागण्यावर त्याच्या सामाजिक स्थानाची मोठी छाप असते. समजा एखादं गिऱ्हाईक रिक्षाचालक असेल तर आमची नेहमी समजूत असते, की हा माणूस अत्यंत भयानक असणार. पण बरेचदा असं घडतं की ही माणसं अतिशय सौम्य असतात... त्यांचा सेक्समध्ये अमूक-तमूक पाहिजे अशा नकोशा वाटणाऱ्या गोष्टींचा आग्रह नसतो. अर्थात एखाद्या माणसानं चोखंदळ असावं हे खरं आहे! मध्यमवर्गीय माणसं त्यांनी मोजलेल्या पैशांच्या मोबदल्यात शरीरसुख वसूल करण्याच्या वृत्तीची असतात. पण श्रीमंत माणसं, विशेषत: तरुण मुलं बरेचदा हिंस्र व आडदांड असतात. त्यांना प्रत्येक गोष्ट जोरजबरदस्तीनं स्वत:ला हवी तशी करून घ्यायला आवडते. तुम्ही त्यांच्याशी कितीही प्रेमानं वागलात, तरी ती तशीच वागतात. मी या वयाच्या गिऱ्हाईकांना नकार देण्याचं हे एक कारण आहे.

मी या व्यवसायात पाऊल टाकलं ते पारंपरिक मल्याळी साडी- सेत्तू-मुंडू

नेसून. सोनेरी किनारीच्या सेत्तू-मुंडू भपकेबाज दिसत असल्यामुळं, मी काळ्या किंवा लाल किनारीच्या साड्या नेसायची. पण त्यासाठी बराच त्रास घ्यावा लागत असे... म्हणजे त्या साड्यांना स्टार्च करा, इस्त्री करा. त्यामुळं मी नेहमीच्या प्रकारातील साड्या नेसू लागले. त्याकाळी मला साडीला ब्लाऊज मॅचिंग आहे का किंवा तो ताज्या फॅशननुसार शिवलेला आहे, का असल्या गोष्टींत दक्ष असण्याची कधी संधीच मिळाली नाही. मी साडी नेसायची आणि त्यावर कुठलातरी ब्लाऊज घालायची, एवढंच! माझ्या साड्या मुख्यत्वे काळ्या किंवा लाल असत. माझ्या सेत्तू-मुंडूच्या काळातील एवढीच गोष्ट पुढं चालत आली. मी इतर साड्या नेसू लागल्यानंतरसुद्धा मी रेशमी साड्यांच्या विरुद्ध होते कारण, या साड्या फक्त लग्नसमारंभासाठी असतात अशी माझी समजूत होती. माझी आपण आंघोळ करून, कपाळावर चंदनगंधाची टिकली लावली तर सुंदर दिसतो, अशीही समजूत होती.

मी मातीच्या खाणीत कामाला जायची तेव्हा, लुंगी व ब्लाऊज हा माझा पोशाख असे. त्याकाळी यापेक्षा जास्त नट्टापट्टा नसायचा. बाहेर जाताना पांढरी मुंडू नेसायची आणि कामावर जाताना रंगीत किंवा ठिपक्याठिपक्यांची. सगळीकडं हाच नियम होता.

♦

देहविक्रेत्यांचं मुख्यत्वे शोषण होतं ते दलाल व 'नवरे' यांच्याकडून. यांपैकी बरेचसे नवरेच दलाल असतात. तो काम करत असोत-नसोत, त्यांना दारू व पैसा पुरवावा लागतो.

आमच्याप्रमाणेच या लोकांनाही समाजात तुच्छ समजलं जातं. कोझीकोडेमध्ये या माणसांना एक नावसुद्धा आहे- 'रोपर्स'. इंग्रजीत 'रोप' म्हणजे दोर. दोर जसा दोन टोकं बांधण्यासाठी वापरला जातो, तशा प्रकारे काम करणारा- तो 'रोपर'

देहविक्रेत्यांना एकापेक्षा जास्त मुलं असण्याचं कारणही हीच माणसं आहेत. बहुतांश देहविक्रेत्या कॉन्डोम्स वापरतात, पण नवरा बनून चिकटलेल्या या प्राण्याच्याबाबतीत वापरत नाहीत आणि हे लोक कधीही स्थिर नसतात. ते एखादं दुसरं वर्ष तुम्हाला चिकटून राहतात. मग पुन्हा दुसरा नवरा... आणि त्याचा मूल होऊ देण्याचा दबाव. अशा प्रकारे देहविक्रेतीला तिच्या इच्छेपेक्षा जास्त मुलं होतात.

ही माणसं घर भाड्यानं वगैरेंसारख्या गोष्टींत उपयुक्त ठरतात, पण एकूण पाहिलं तर पीडाकारीच असतात.

♦

माझे आईवडील अश्लील भाषा वापरणाऱ्यांपैकी नव्हते. आमच्या घरात

शेजारच्या वसाहतीत माझा अशा भाषेशी थोडासा परिचय घडला. ती अगदी थेट अश्लील नव्हती, पण त्यात आई-बा चा उद्धार असे. मी मातीच्या खाणीत जाऊ लागल्यानंतर या ज्ञानात थोडी भर पडली. तिथं ते घाणेरडं बोलत असत, पण द्व्यर्थी... त्यामुळं ते तितकी बीभत्स वाटत नसे. मी रोजाचेचीकडं गेल्यानंतर व थ्रिशूरच्या रस्त्यांवर भटकू लागल्यानंतर मात्र मी खरीखुरी उत्कृष्ट दर्जाची असभ्य भाषा ऐकली. भीक मागून रस्त्यावरच विसावणाऱ्या बायका आणि देहविक्रेत्या असंस्कृत भाषेचा सढळ वापर करतात. ते संरक्षणासाठी असतं. त्रास देणाऱ्या माणसामध्ये सभ्यतेचा एखादा जरी अंश उरला असेल तर तो आपल्या मातापित्यांवर होणारा शेलक्या शिव्यांचा वर्षाव ऐकताच तिथून झटकन काढता पाय घेईल. पण तो माणूस वाईट असेल- गुंड-मवाली असेल तर तो या आहेराला तसंच प्रत्युत्तर देईल आणि हा संस्कारहीन शब्दांचा पाऊस पडू लागला, की पोलीस त्या ठिकाणाच्या जवळपास न फिरकण्याची हमी!

गावांमध्ये अंधाऱ्या कोपऱ्यांत शिव्यांचा भडिमार जवळजवळ सदासर्वकाळ ऐकायला मिळतो. हे काही फक्त देहविक्रेत्याच करतात असं नाही. तर इथं कामाच्या शोधार्थ येणारी तामिळनाडूमधील विवाहित जोडपीसुद्धा. तिखट जीभ हे इथं कामाच्या शोधार्थ येणाऱ्या, तामिळनाडूमधील विवाहित जोडप्यांचंसुद्धा एकमात्र बचावात्मक हत्यार असतं. ते या शस्त्राचा अचूक वापर करतात कारण ज्या हल्लेखोरामध्ये थोडीशी लाज-लज्जा बाकी असते तो या प्रभावी शस्त्रानं नामोहरम होतो.

याचा अर्थ, सगळ्याच देहविक्रेत्यांचं तोंड म्हणजे गटारगंगा असते असं नाही. खरं तर अशी भाषा वापरणाऱ्या बायका क्वचितच आहेत. पण लोक अजूनही पूर्वग्रहदूषित आहेत; त्यांना अजूनही वाटतं की सगळ्याच देहविक्रेत्यांच्या तोंडी अतिशय घाणेरडी भाषा असते आणि फक्त त्याच अशी भाषा वापरतात.

♦

मला समाजातील काही उच्च लोकांकडून प्रतिक्रिया मिळाली आहे, ''तू वेश्येसारखी अजिबात दिसत नाहीस.''

हीच गोष्ट खालच्या थरातले लोक सांगतात, तेव्हा ते म्हणतात, ''तू पेट्टीसारखी दिसत नाहीस.''

मला 'पेट्टी' हा शब्द नेहमीच अतिशय अपमानास्पद वाटतो. वेश्या या शब्दातून फक्त एखाद्याचं स्थान, एखादी व्यक्ती काय करते एवढंच व्यक्त होतं. आपण जसं काम करणाऱ्या बाईला कामवाली म्हणतो तसं लैंगिकदृष्ट्या मोहात पाडणाऱ्या स्त्रीला वेश्या म्हणण्यात काहीही चुकीचं नाही. पण 'पेट्टी' व 'तट्टी'

असले शब्द मात्र अत्यंत तुच्छतेनं वापरले जातात.

'पेट्टी' या शब्दाबद्दल एक विनोद घडला आहे. 'पेट्टी' म्हणजे पेटी.. माझ्या मनात येतं, शब्दश: तसंच आहे. एकदा एक माणूस थ्रिशूरहून गुरुवायूरला आला. तिथं त्यानं थोडी खरेदी केली. त्या वस्तू ठेवण्यासाठी त्याला एक पेटी हवी होती. म्हणून त्यानं एका रिक्षावाल्याला हात करून थांबवलं आणि पेट्टी मिळेल अशा ठिकाणी घेऊन चल, असं सांगितलं. त्याला पेट्टी म्हणजे खरोखरची पेटी हवी होती. त्या रिक्षावाल्यानं त्याला मंदिराच्या पूर्वेकडील प्रवेशद्वाराशी आणलं. आम्ही तिथं तरंगत असायचो. तिथं तुम्हाला बऱ्याच देहविक्रेत्या दिसतील. त्या माणसानं आजूबाजूला पाहिलं. जवळपास कुठंच दुकान वगैरे काही नाही!

"तू इथं रिक्षा का थांबवलीस? मी तुला दुकानात घेऊन जायला सांगितलं होतं."

"सार, पेट्टी... तिथं मिळेल. तुम्हाला कोणती हवी आहे सांगा. मी तिला इथं आणतो."

"हे काय मूर्खासारखं... मला पेट्टी हवी आहे पेट्टी."

आता तो रिक्षावालाच बुचकळ्यात पडला.

"सार, तुम्हाला नेमकं काय हवं आहे?"

"अरे बाबा, मी भरपूर खरेदी केली आहे. मला हे सगळं सामान वाहून न्यायला पेट्टी हवी आहे."

त्या रिक्षावाल्याचा चेहरा बघण्यासारखा झाला! त्या रिक्षावाल्यानंच मला ही कथा अगदी सविस्तर सांगितली.

♦

पोलिसांनी मुत्तंगा इथं जमातीवर गोळीबार केल्यानंतर त्याच्या निषेधार्थ मानंतवाडी इथं प्रचंड मोठी परिषद झाली. मीसुद्धा त्यात सहभागी झाले होते. मी तिथं जाण्याचं कारण म्हणजे मला तिथं निमंत्रण होतं. मला बोलण्यासाठी पाचारण करताच, एका तरुणीनं ध्वनिक्षेपकाशी येऊन मोठ्यानं जाहीर केलं, की जानू (सी. के. जानू - केरळमधील भटक्या जमातीतील आंदोलकांच्या नेत्या) व देहविक्रेती यांना समान वागणूक देऊ नये. तिला असं बोलायला कुणीतरी उठवून बसवलं होतं ही गोष्ट स्पष्ट होती. मला त्या परिस्थितीमध्ये उपद्रव निर्माण करायचा नव्हता, त्यामुळं मी उभी राहिले आणि मी बोलणार नसल्याचं जाहीर केलं. हा अनुभव चांगला डोळे उघडणारा होता. या घटनेमुळं उसळलेल्या अनेक निदर्शनांतील आंदोलकांवर पोलिसांनी लाठीमार केला. याविरुद्ध दुसऱ्याच दिवशी राज्यव्यापी बंद घोषित करण्यात आला. त्यामुळं माझा परतीचा प्रवास मुश्किल बनला. मी कसंबसं एक

वाहन पकडून त्यातून सायंकाळपर्यंत कोझीकोडेला आले. आमच्यासोबत असलेल्या व्यक्ती आपापल्या मित्रांच्या घरी गेल्या. फक्त मी आणि सखी या महिला संघटनेची एक कार्यकर्ती अशा दोघीच उरलो. आम्ही दोन्ही 'अन्वेशी' या दुसऱ्या एका महिला संघटनेच्या कार्यालयात राहिलो. ती बाई अत्यंत अस्वस्थ होती. रात्रभर तिच्या डोळ्याला डोळा लागला नाही. त्याचं कारण मला दुसऱ्या दिवशी सकाळी समजलं. तिला भीती वाटत होती, की समजा आपला डोळा लागला तर मी... देहविक्रेती असल्यामुळं... तिच्याजवळचे तिरुवनंतपुरमपर्यंतच्या बसभाड्याचे पैसे चोरीन!

◆

'ज्वालामुखी'ची सुरुवात PSH प्रकल्प कार्यालयात झाली. दोन वर्षांनी या प्रकल्पाची अखेर झाली तेव्हा आमची संघटनाही थांबल्यात जमा झाली. त्यानंतर आम्ही अर्नाकुलम व तिरुवनंतपुरममध्ये कार्यालयं थाटली.

कार्यालयासाठी जागा मिळणं सोपं नसतं. लोक PSH प्रकल्पासाठीसुद्धा त्यांच्या इमारती भाड्यानं देत नाहीत. मैत्रेयनना कार्यालयासाठी जागा मिळवण्यासाठी खूप आटापिटा करावा लागला. अखेर, त्यांना आम्हाला जागा बघून देण्यासाठी त्यांचे वैयक्तिक संबंध वापरावे लागले. या संदर्भात श्रीमंत व गरीब दोन्हीही वर्ग आमच्याबाबतीत सहानुभूतिशून्य होते. मैत्रेयननी दलित वसाहतीजवळ एक जागा भाड्यानं घेतली. सदासर्वदा रस्त्यावर भटकत राहणाऱ्या देहविक्रेत्यांसाठी इथं विश्रांतिस्थान निर्माण झालं. पण ही सोय फार काळ टिकली नाही. आम्हाला श्रीमंतांपेक्षा गरीब लोक अधिक चांगलं समजून घेतात या समजुतीत फारसा अर्थ नाही हे दिसून आलं. त्या भागातील काळ्या बायकांना चुकून देहविक्रेत्या समजलं जाईल अशी तिथं भीती वाटत असल्यामुळं, आम्हाला चांगल्या भागात जाण्यास सांगण्यात आलं. चांगल्या भागात ही समस्या उद्‌भवणारच नाही या मुद्द्याकडं लक्ष वेधल्यानंतर आम्हाला माघार घ्यावी लागली. आम्ही ती जागा सोडली.

आम्हाला पॉलसन यांच्या वैयक्तिक संबंधांचं साहाय्य कोझिकोडेमध्ये संघटना उभारणीसाठीसुद्धा झालं. त्यांच्या नात्यातील एक पोलीस अधिकारी पोलिसांचा कमीतकमी हस्तक्षेप राखण्याबाबतीत अतिशय मदत करायचे.

तथापि, 'ज्वालामुखी'मध्ये व्यक्तिगत संबंधांपेक्षा संघभावना जास्त महत्त्वाची होती. 'ज्वालामुखी'त लोकशाही मजबूत स्वरूपात नांदत होती कारण आम्ही सर्वजण निरनिराळ्या ठिकाणचे होतो व PSH प्रकल्पावर अवलंबून होतो.

माझ्या पहिल्यावहिल्या माहितीपटाचं नाव होतं 'ज्वालामुखीकर'. दुसरा माहितीपट होता 'मौनात डोकावताना' हा माहितीपट पोलिसी क्रौर्यावर आधारित होता. शिवाय

त्यामध्ये देहविक्रेत्यांचे अनुभव आणि वकील, डॉक्टर, पोलीस अधिकारी व रिक्षाचालकांच्या मुलाखतीही होत्या. यामध्ये सात स्त्रिया व पाच पुरुषांच्या मुलाखती होत्या. सगळे प्रश्न मीच विचारले होते.

मी थायलंडहून परत आल्यानंतर, आम्ही देहविक्रेत्यांसाठी कॅमेरा कार्यशाळा घेतल्या. माझ्या पहिल्या प्रयत्नाला सजिता, रेश्मा, गोपकुमार यांच्यासह अन्य लोकांचं साहाय्य लाभलं.

माझे माहितीपट थायलंडनंतर तिरुवनंतपुरममधल्या 'रशियन कल्चरल सोसायटी'मध्ये आणि मुंबई इथं झालेल्या लैंगिक अल्पसंख्यांकांवरील चित्रपटांच्या आंतरराष्ट्रीय महोत्सवात दाखवण्यात आले. मला मुंबईत या माहितीपटाची दिग्दर्शिका म्हणून व्हीआयपी वागणूक मिळाली. हा माहितीपट तिरुवनंतपुरममध्ये दाखविण्यात आल्यानंतर मला 'एशियानेट' या दूरदर्शन वाहिनीच्या 'न्यूज अवर' या कार्यक्रमात पाहुणी म्हणून निमंत्रण आलं होतं.

आता मला स्वतंत्रपणे चित्रपटनिर्मिती करायला आवडेल.

♦

मी दुःखी असते तेव्हा मला स्वतःच्याच सोबतीत मद्यपान करणं आवडतं, पण मी आनंदात असते तेव्हा मात्र मला मद्यपानासाठी कुणाचीतरी सोबत लागते. मग मला वाद घालायची व बेफिकीरी दाखवायची संधी मिळते!

मी प्यायला सुरुवात केली ती सुब्बारेट्टनबरोबर. मी चांगली भरपूर ढोसायची. आम्ही हातभट्टीची दारू विकायचो त्यावेळी मी बरेच दारुडे पाहिले. मी त्यांपैकी बऱ्याचजणांना एकदा का विमान उंच गेलं की आपल्या कुटुंबाविषयी जरा जास्तच हळवं होताना पाहिलं आहे. तिथं एक मुलगा यायचा, तो मला आवडू लागला होता. त्याच्यामध्ये निसटत्या स्पर्शांपुढं जाण्याची हिम्मत नव्हती. कधीकधी मलाही ते हवंहवंसं वाटायचं.

मनाली परमेश्वरन हा भयानक गुंडसुद्धा सुब्बारेट्टनला टरकून असायचा. तो यायचा, शांतपणे प्यायचा आणि निघून जायचा.

मी अगदी नियमित दारू प्यायचे तेव्हासुद्धा मी कधीही तिची गुलाम झाले नाही. मी कधीही दारू मिळाली नाही तर त्यामुळं डोकं दुखायला लागेल इतक्या थरापर्यंत गोष्टी जाऊ दिल्या नाहीत. प्रत्येक गोष्टीत- मग ते पिणं असो, झोप असो, खाणं असो वा प्रवास असो- मी कायम मला परवडण्याजोगी पद्धत ठेवली आहे... कुणावरही अवलंबून न राहता माझ्या हिमतीवर पूर्ण करता येईल अशी.

सध्या मला बरेच लोक ही सवय सोड असा सल्ला देतात. मला प्रिय

असणाऱ्या माणसांना मी ही सवय सोडण्याचं कबूलही केलं आहे, पण मी त्यांच्यासाठी दारू नाही सोडू शकत!

एखादी व्यक्ती संघटना उभी करण्यासाठी काम करत असते तेव्हा त्यामध्ये काहीही आनंद नसतो असं मानणं हा पूर्वग्रह आहे. अनेकजण ही गोष्ट गृहीत धरतात की मी पैसा मिळवते, त्यामुळं मी बेजबाबदारपणे वागते. हा शुद्ध आळशीपणा आहे. कसलाही त्याग करण्याची गरज नसते, सगळ्या गोष्टी करता येऊ शकतात. आपल्याला फक्त एवढंच काय ते करणं शक्य आहे, त्यापेक्षा जास्त नाही, असं आपण ठरवतो आणि आळशीपणात बुडून जातो.

२००३ साली आम्ही तिरुवनंतपुरममध्ये 'फेस्टिवल ऑफ प्लेझर' म्हणजे आनंदोत्सव आयोजित केला होता. या समारंभानं लोकांचं लक्ष वेधलं होतं. त्यावेळी मुत्तंगातील पोलीस गोळीबाराची घटना घडल्यामुळं आम्ही या कार्यक्रमाचं नाव बदलून 'फेस्टिव्हल ऑफ नॉन-प्लेझर'... ना-आनंदोत्सव असं केलं. या उत्सवात संपूर्ण देशभरातील देहविक्रेते, समलिंगी व्यक्ती व हिजडे सहभागी झाले होते. चौदा देशांतील प्रतिनिधी आपापल्या विमान भाडेखर्चानं या उत्सवाला उपस्थित होते. अशा समारंभांना परदेशी कंपन्या निधी पुरवतात हा आरोप खोडून काढण्यासाठी आम्ही परिषद स्थळाशेजारी आमची खाती सार्वजनिकरीत्या खुली ठेवली होती.

हा समारंभसुद्धा वादाच्या भोवऱ्यात सापडला. कारण तो मध्यमवर्गीय बुद्धिवंतांनी आयोजित केला होता. या आनंदोत्सवात एक समाज म्हणून सर्वजण एकत्र येत होते. यामध्ये आम्हाला काही लोकांनी मदत केली. मैत्रेयननी ई-मेल पाठवणं व इंग्रजीमध्ये मसुदे तयार करण्यात साहाय्य केलं. याचा अर्थ त्यांनी आम्हाला 'सेक्सवर्क' शिकवलं असा होतो का? माझा त्यांच्याशी परिचय होण्याआधीपासूनच मी देहविक्रेती नव्हते का? आम्ही देहविक्रेयाचं काम आनंदानं करत नव्हतो, तर देहविक्रेते व देहविक्रय न करणारे असे दोघंही एकाच व्यासपीठावर एकत्र येत होतो ही आनंदाची गोष्ट होती. आम्ही कायमच समाजाच्या चौकटीबाहेर होतो. या निमित्तानं आम्हाला इतरांसोबत 'शेअर' करण्यासाठी अवकाश लाभणं हा आमच्यासाठी आनंद होता.

अशी कुरकूर करणाऱ्या माणसांना प्रत्येक गोष्ट फक्त स्वत:साठी हवी असते... स्वत:ची मक्तेदारी! जणू काही फक्त तेच असा विचार करू शकतात आणि बोलू शकतात. देहविक्रेत्यांनी सदैव उच्चविद्याविभूषित लोकांची शय्यासोबत केली आहे. त्यांना त्यांची भाषा समजते, ते ज्या गोष्टींबद्दल बोलतात ते समजतं. आम्हाला बुद्धिवंतांकडून थोडं ज्ञानसुद्धा लाभू शकतं. देहविक्रेत्या फक्त कामगारांचीच नव्हे तर उद्योगपती व पोलिसांचीसुद्धा शय्यासोबत करतात. देहविक्रेती ही देहविक्रेतीची

मुलगी म्हणून जन्माला आलेली नसते. बारावीच्या परीक्षेत नापास झाल्यानंतर, नोकरी मिळवण्यासाठी अपयश आल्यानंतर किंवा कबूल केलेल्या पन्नास हजार रुपयांऐवजी फक्त तीस हजार रुपयेच हुंडा मिळाला म्हणून प्रचंड वैतागलेल्या नवऱ्यानं लाथ मारून हाकलल्यानंतर या व्यवसायात येणाऱ्या बायका आहे. आमच्यामध्ये शाळा शिक्षिका आहेत. त्यांना आणखी काय शिकवायचं?

♦

PSH प्रकल्पानंतर 'पिकअप पॉईंट' हा शब्द वापरात आला. आम्ही PSH प्रकल्पात सहभागी सदस्य बनल्यानंतर आम्हाला 'कॉन्डोम टीचर्स' असं टोपणनाव मिळालं. बांग्लादेश वसाहतीमध्ये स्थापन करण्यात आलेल्या 'विमेन्स सोसायटी'ची 'चॅरिटेबल सोसायटी ॲक्ट'नुसार नोंदणी करण्यात आली. या संस्थेनं लैंगिक आरोग्य जागृती कार्यक्रम तसंच कॉन्डोम वितरण व इतर आरोग्यविषयक प्रश्न हाती घेतले. देहविक्रेत्यांमध्ये प्रशिक्षक म्हणून काम करणाऱ्यांना किरकोळ पगार दिला जातो. महत्त्वाची समस्या होती ती गिऱ्हाईकांनी कॉन्डोम वापरण्यास नकार देण्याची. 'कॉन्डोम टीचर' हे संबोधन म्हणजे अर्थातच कॉन्डोम वापरासंदर्भात जागृती निर्माण करण्याच्या आमच्या प्रयत्नांना मिळालेली मान्यता होती.

मी एक पुरुष पुरुष ग्राहकांची वाट बघत उभा असलेला सर्वप्रथम मेंगलोरमध्ये पाहिला. मला ते काहीतरी विचित्र प्राणी पाहिल्यासारखं वाटलं होतं. ही सत्तावीस वर्षांपूर्वीची गोष्ट आहे. हा सुलेमान नावाचा माणूस बाईसारखं प्रसाधन करत असे. तो महिला देहविक्रेत्यांचा दलालसुद्धा होता. मी त्याला दलाल म्हणून भेटले तेव्हा मला कळलं, की त्याच्यासारखे इतर बरेचजण होते

आता मला आमच्या कामाचा भाग म्हणून अशी बरीच माणसं माहीत आहेत. आज केरळमध्ये महिला देहविक्रेत्यांपेक्षा पुरुष देहविक्रेते अधिक आहेत.

■

७

पुरुष - आत्ताचे आणि तेव्हाचे

माझी बहुतेकशी गिऱ्हाईकं माझ्याकडे सल्ल्यासाठी का येतात, याला एक विशेष कारण आहे. आमच्यापैकी फार थोड्याजणी गिऱ्हाईकांशी बराच वेळ गप्पा मारायला तयार असतात. पण मी नेहमी एखादं गिऱ्हाईक तणावाखाली आहे असं वाटलं तर काय अडचण आहे अशी चौकशी करते. काही लोकांना खोलीत प्रवेश केल्यानंतर सेक्स नको असतो. ते आम्हाला आमचं जीवन व ठावठिकाणा यांबद्दल विचारत राहतात. हे संभाषणाची गाडी सुरू करण्यासाठी असतं. त्यानंतर मी खरी समस्या काय आहे ती विचारते. हळूहळू मला ज्या ग्राहकांना बोलायचं असतं असे अधिकाधिक ग्राहक मिळू लागले. काहीजण मला येऊन भेटून सांगायचे, माझ्या मित्रानं सांगितलं, तुला चेचीकडून चांगला सल्ला मिळेल. यांतले बहुतेक पुरुष लग्नाच्या बेतात असतात. काहीजण लग्नबंधनात अपयशी असतात. बहुतेक करून या दोन प्रकारच्या माणसांना सल्ला हवा असतो.

चाळिशीच्या मध्यातले, लग्नबंधन ताणलेले बरेच लोक माझ्याकडं सल्ल्यासाठी आले आहेत. एका माणसानं मला सांगितलं होतं, की मी बायकोवर खूप प्रेम करतो, तिला धुणं-भांडी करण्यात मदत करतो, पण मी तिला रात्री बिछान्यात नको असतो. मी अशा लोकांच्या बाबतीत, त्यांच्या संबंधांबद्दल अधिक खोदून विचारते आणि सर्वसाधारणपणे समस्या शोधणं सोपं होतं. साधारणपणे अशा केसेसमधील बायकांची आपल्या नवऱ्यांकडून अधिक कौशल्य व अनुभवीपणाची अपेक्षा असते. आणि ही माणसं बायकोनं एखादी गोष्ट सांगितली तर त्या बाबतीतलं अज्ञान कधीही कबूल करणार नाहीत. तुला हे सगळं कुणी शिकवलं?... हा त्यांचा प्रश्न असतो! त्यामुळं काय चुकतंय हे बायकोला कळत असलं तरी ती विचारू शकत नाही. तसंच त्याला एखादी गोष्ट माहीत नसेल तर तोही विचारत नाही.

मी आणखी एक मजेशीर अनुभव घेतला आहे. एकदा एक माणूस माझ्याकडं

सल्ल्यासाठी आला. त्यानं सांगितलं, मी चाळीस वर्षांचा आहे. त्याचं सव्विसाव्या वर्षी लग्न झालं होतं.

मी त्याला विचारलं, ''मग तुम्ही इतकी वर्षे काय करत होता?''

''असल्या गोष्टी बायकोला कशा विचारायच्या?'' तो उत्तरला.

एडस् जनजागरण मोहिमांमुळं बरेच लोक नव्या गोष्टींबद्दल विचारतात. आम्ही सुरक्षित संभोगाबद्दल ऐकत असतो. म्हणजे काय? कॉन्डोम खेरीज इतर कुठला मार्ग आहे का? आपल्या समाजात, सेक्सची अखेर धडाकेबाज आतषबाजीनं अर्थातच व्हावी लागते! काहीजण म्हणतात, मी प्रारंभीच्या पूजेत संतुष्ट असतो, पण माझ्या पत्नीला ते मान्य नसतं. तुम्ही बायकोला विचारून बघा, ती नेमकं याच्या उलट सांगेल! याचा आरंभ कोणता, अखेर कोणती... किंवा याला निश्चित असा काही आरंभ व अखेर असते का, याबद्दल लोकांना काहीच माहीत नसतं!

माझ्या सल्ल्याचा उपयोग झाला तर काहीजण मला आवर्जून येऊन सांगतात. एक शोर्नुरचा माणूस आहे. तो त्यावेळी तिशीच्या आसपास होता. त्यानं माझ्याकडून सर्व धडे घेतले होते. एके दिवशी तो माझ्याकडं येऊन म्हणाला, ''चेची, मी तुला पुन्हा भेटलो तर मी अनोळखी माणसासारखा वागेन.''

त्याचे पत्नीशी संबंध सुरळीत झाले होते.

असाच आणखी एक माणूस आहे, प्रकाशन. मी त्याला माझ्या आत्मचरित्र लेखनाबद्दल सांगितलं तेव्हा त्यानं मला आग्रहपूर्वक बजावलं, की त्यामध्ये माझ्या नावाचा उल्लेख कर. तो चांगला श्रीमंत, हॉटेल व्यवस्थापक आहे. त्याची पहिली पत्नी त्यांच्या लैंगिक संबंधांबाबत समाधानी नसल्यामुळं त्याला सोडून गेली होती. त्यानंतर त्याचं दुसरं लग्न ठरलं. त्या लग्नाआधी तो माझ्याकडं आला होता. त्याला पहिली बायको खूप आवडायची, पण रात्री त्यांचं भांडण होत असे. आमची आत्मचरित्राबद्दल चर्चा झाल्यानंतर त्यानं मला त्याचा यामध्ये नामोल्लेख करायला सांगितलं आहे.

माझ्याकडं कोल्लमहून एकजण आला होता. माता अमृतानंदमयी यांचा शेजारी. त्याची त्यांना भेटायची इच्छा होती, पण त्या शेजारी असल्यामुळं, त्यांच्यामध्ये काही आश्चर्यकारक सामर्थ्ये आहेत यावर त्याचा विश्वास नव्हता, त्यामुळं तो माझ्याकडं आला होता. माझ्याशी बोलणं झाल्यानंतर त्यानं ठरवूनच टाकलं, की माझ्यात काहीतरी दैवी शक्ती आहे. कल्पना करा... केवळ अमृतानंदमयी त्याच्या शेजारी आहेत म्हणून मी दैवी!

यापैकी फार थोडे लोक माझ्याकडं योगायोगानं येतात. बहुतेकजण कुणाकडून तरी 'चेची'विषयी कळल्यामुळं येतात. मी तुम्हाला आमच्यासोबत बसमधून प्रवास करायला आवडणाऱ्या लोकांविषयी सांगितलं आहे. त्यांच्यापैकी काहींना भीती वाटत असते, की देहविक्रेत्यांबरोबर खोलीत गेलं तर त्याच कदाचित आपल्यावर बलात्कार करतील!

माझं असोकन नावाच्या एका व्यक्तीशी विलक्षण नातं होतं. तो थ्रिशूरच्या चेट्टीयंगडी भागात हॉटेल चालवत असे. रात्री याच हॉटेलमध्ये लोक पत्त्यांचा जुगार खेळत असत. त्याचे मित्र पत्ते खेळत असत, त्यावेळी त्याला हॉटेलच्या दुसऱ्या भागात माझ्यासोबत पडून राहायला आवडत असे. पुढं मला समजलं, की त्यानं आत्महत्या केली.

मी थ्रिशूरमध्ये अमलाजवळ राहायची त्यावेळी इब्राहिम नावाचा एक माणूस त्याच्या मारुती झेनमधून मला त्याच्या घरी नेत असे. त्यावेळी त्याची बायको व मुलंही घरी असत. तो मला गाडीत बसवून गाडी आत लावून शटर्स बंद करून घेत असे व स्वत: घरी जात असे. त्यानंतर सगळेजण झोपले, की रात्री बाराच्या सुमाराला तो बाहेर येत असे. या सगळ्यांत भीतीचं जराही सावट नसायचं. त्यानंतर तीनच्या सुमाराला तो मला गाडीतून माझ्या घरी आणून सोडत असे.

अम्बाल्लूरचा परमू नावाचा ट्रकचालक मला त्याच्या ट्रकमध्ये बसवून, शहराच्या मध्यवर्ती भागातून फिरवून आणून पुरुषार्थाचं प्रदर्शन करत असे.

अलीकडंच, मला एक मेडिकल रिप्रेझेंटेटिव्ह भेटला. मिचमिच्या डोळ्यांचा, डोक्यावर कुठंकुठं तुरळक केस, बाकी टकल्या, एका हातात मोठं कडं, घड्याळ, मनगटावर लाल गोफ बांधलेला... अगदी विदुषकी ध्यान!

काहीसा 'सन्मनास्सुल्लावरक्कू समाधानम' या मल्याळी चित्रपटातील फुशारकी मारणाऱ्या मूर्ख पोलीस अधिकाऱ्यासारखा! त्याला आपण अगदी 'माचो मॅन' असल्याचं भासवायला आवडत असे. तो 'ट्रॅव्हल सेक्स' आवडणाऱ्या जातकुळीतला होता, म्हणजे लक्झरी बसनं प्रवास करताना स्पर्श, थोड्याफार गप्पा... त्याला सेक्सखातर फक्त एवढंच हवं असायचं. हे ट्रेनमध्ये असतं तर त्यामध्ये अधिक खुलेपणा आला असता, चुंबन किंवा आलिंगन नीट देता आलं असतं.

मी या माणसाला साधारण पाच-सहा महिन्यांपूर्वी थ्रिशूरमध्ये भेटले. त्यावेळी माझी आर्थिकदृष्ट्या थोडी तंगी होती. मी रेल्वे स्टेशनवर फेरी मारून नुकतीच बस स्टँडवर आले होते, तितक्यात हा माणूस माझ्या मागं येत म्हणाला, ''या बसमध्ये बस.''

आम्ही पैशाचं बोलणं नक्की केलं नसल्यामुळं मी साशंकतेनं मागं सरकले. तेवढ्यात दुसरा एक माणूस आला आणि आमचा दोघांचा जुना स्नेह असावा तसं

माझ्याशी बोलू लागला. हा माणूस फसव्या आहे हे माझ्या लक्षात आलं. पैशाचा विषय निघताच तो हुडूत करू लागला. मी त्याच्यापासून सुटका मिळवण्यासाठी स्वच्छतागृहात गेले. परत आले तेव्हा पाहिलं, मघाचाच तो माणूस तिथंच होता.

त्यानं हळूच माझ्या दिशेनं येत विचारलं, "माझ्यासोबत अर्नाकुलमला येणार का?"

"पैशाचं काय?" मी विचारलं.

"किती?" त्याला जाणून घ्यायचं होतं.

"तीनशे." मी म्हणाले.

"आत्ता आणतो," असं म्हणून तो निघून गेला. मी तिथंच थांबले. मनात आलं, तीनशे रुपयांसाठी हा कुठं गेला असेल? पण मला नंतर कळलं, की तो त्याच्या सूटकेसमधून पैसे आणण्याबद्दल बोलत होता.

अखेर, आम्ही बसमध्ये बसलो. त्याच्याकडून कसलीही हालचाल नव्हती. तो प्रवासभर शहाण्या मुलासारखा बसून होता.

"तुला झोपायचं असेल तर झोप," तो म्हणाला.

थोड्यावेळानं त्यानं तीनशे रुपये काढून मला दिले. मध्येच माझ्या सेलची रिंग वाजली. माझं बोलणं झाल्यानंतर त्यानं माझा नंबर विचारून टिपून घेतला.

उतरल्यानंतर, तो काही अंतर गेला. मग मागं वळून माझ्याकडं कटाक्ष टाकला. त्याला मी त्याच्याबरोबर जाईन असं बहुतेक वाटलं असावं.

तो माझ्या दिशेनं आला आणि म्हणाला, "नीट खात जा!"

'तू दिलेल्या पैशानं मी मला वाटेल ते करीन.' मी मनातल्या मनात म्हणाले.

त्यानं आणखी एक शंभराची नोट काढली आणि घडी करून माझ्या हातात ठेवली. त्यानंतर तो काही अंतर चालून गेला, पुन्हा मागं वळला, माझ्याकडं आणखी एकदा कटाक्ष टाकला आणि नंतर समोर बघून गेला.

मी हे लिहितेय हे समजल्यानंतर त्यानं मला त्याचं नाव घालायला सांगितलं आहे.

◆

पूर्वीच्या काळी गिऱ्हाईकांना आम्ही बायकोसारखं वागलेलं आवडत असे. त्यांना आम्ही त्यांचा टॉवेल धुवून द्यावा, त्यांच्या हातात साबण द्यावा, त्यांची सुटकेस ओढत त्यांच्या मागून चालावं असं वाटत असे... पण त्या सुटकेसमध्ये एखादी मौल्यवान वस्तू असेल तर मात्र ते आम्ही सुटकेससहित गायब झालो नाही ना, ते पाहण्यासाठी सारखं मागं वळून बघत असत. मला गोष्टीची फार मजा वाटायची. विचार करा... आपली बॅग कुणालातरी धरायला लावायची आणि ती

व्यक्ती ती बॅग घेऊन पळून गेली तर, याची प्राण कंठाशी येईस्तोवर काळजी करायची! काहीजणांना आम्ही सटकून जाऊ की काय याची काळजी असे, त्यामुळं ते आम्हाला त्यांच्या पाठोपाठ येण्याच्या व इतर लोकांच्या प्रस्तावाच्या मोहाला बळी न पडण्याच्या सूचना देत असत. ते सदैव आमचं कुठल्याहीक्षणी अदृष्य होणं अपेक्षित धरून, अवघडूनच चालत असत. सेक्स माझ्या आवडीनुसार, आनंददायी ठरो वा ना ठरो, मला हा प्रवास फार आवडतो. तुम्ही असल्या माणसांबरोबर हजार वेळा गेला असला तरी त्यांच्या वृत्तीमध्ये काहीही बदल नसतो.

"मी आदरणीय व्यक्ती आहे, तू वेश्या आहेस!"

आपण गिऱ्हाईक आहोत ही गोष्ट ते कधीच समजून घेत नाहीत. या असह्य वृत्तीमुळंच मी एका टप्प्यावर देहविक्रय सोडून देऊन सामान्य गृहिणी बनले. या बाबतीत सर्वोत्तम व सर्वांत वाईट गिऱ्हाईकांमध्ये फारसा फरक नसतो.

त्याकाळी रात्रीच्या वेळी रेल्वे स्टेशनवर किंवा बस स्टँडवर फिरणं फार अवघड असायचं. बायकांना कसंही वागवलं तरी चालतं हे या पुरुषांना ठाऊक होतं. त्या काळी पोलीस देहविक्रेत्यांच्या प्रश्नात लक्ष घालणं हे आपलं कर्तव्य आहे असं मानत नसत. आम्हाला सार्वजनिक स्थळी मारझोड करणं अगदी सोपं होतं. एखाद्या बाईला KSRTC स्टेशनवरून जबरदस्तीनं उचलून नेलं तर कुणीही एका शब्दानंही विचारत नव्हतं. आज परिस्थिती काही प्रमाणात बदलली आहे. आता पोलीस हस्तक्षेप करतात, त्या महिलेची सुटका करण्यासाठी नाही तर त्यांची सत्ता प्रस्थापित करण्यासाठी... जणू ते आमचे तारणहार असतात!

♦

मी तरुण होते त्याकाळी पुरुषांना स्त्रीदेहाला स्पर्श करण्याचे, त्याचा अनुभव घेण्याचे किरकोळ हक्क असत. ते निसटते स्पर्श किंवा हलकेच आलिंगन देत असत. यापलीकडे जाऊन घाईगडबडीनं शयनगृहापर्यंत मजल जात नसे. त्या काळाच्या तुलनेत आत्ताचे दिवस वाईट आहेत. आज काहीही करून बायकांना भोगायचंच अशी वृत्ती आहे. त्याला वयाबियाचासुद्धा अडसर नाही.

मी आईला विचारायची, की तुला एकटीला प्रवास करताना कधी अडचण आली नाही का?

त्यावर आई म्हणायची, बाळा, आई मोठी झालेली असते.

त्यावेळी आई चाळीस-पंचेचाळीसच्या दरम्यान असेल. ती अतिशय सुंदर दिसायची. त्या काळाशी तुलना केली तर, आज मी वयाच्या बावन्नाव्या वर्षीही सुरक्षित नाही. मी कुठंही गेले तरी सर्व वयोगटातले पुरुष मला कुरवाळतात.

पंचवीस वर्षांपूर्वीच्या पुरुषांपेक्षा आत्ताचे पुरुष अतिकामुक आहेत. एकदा मी बसनं गुरुवायूरला जात असताना, माझ्या पाठीवर स्पर्श जाणवला. कुणीतरी माझी पाठ गोंजारत होतं. हा प्रकार सुरूच राहिल्यानंतर मी वळून पाहिलं. माझ्या मागं एक अत्यंत घरंदाज सद्गृहस्थ उभे होते... चांगल्या छपरी मिशावाले.

''मला इथं कुरवाळण्यासाठी इतके कष्ट घेऊ नका.'' मी तिथंच खणखणीत आवाजात गरजले, ''तुम्हाला कुठं जायला आवडेल तेवढं सांगा. तिथं तुम्हाला हवं तेवढं कुरवाळा.''

त्या माणसाचा चेहरा पांढरा फटफटीत पडला. चेहऱ्यावर खुळचट हास्य धारण करून त्यानं शरणागती पत्करली.

माझ्या पहिल्यावहिल्या थायलंड सफरीत माझी खात्री पटली, की विमानातसुद्धा यापेक्षा वेगळी स्थिती नसते! मी पहिल्या विमान प्रवासाच्या कल्पनेनं रोमांचित झाले होते, त्यावेळी माझ्या शेजारच्या प्रवाशाची बोटं माझ्या देहावर कार्यरत झालेली जाणवलं. तो माणूस तर ब्लँकेटमध्ये पूर्ण लपेटून होता. आधी मला वाटलं, चुकून झालं असेल. पण पुन्हा तोच प्रकार घडला तेव्हा त्याला कसली खाज उठली होती ते माझ्या लक्षात आलं. मी त्याचा हात घट्ट पकडला आणि नीट सरळ ठेवला. आज काळ बदलला आहे, पण अजूनही कुणीही बायकांकडं त्यांच्यासारखाच प्राणिमात्र म्हणून किंवा बाईही आपल्याकडं शरीरसुखाची मागणी करू शकते अशा विचारानं बघत नाही!

मी माझ्या ग्राहकांविषयी निर्णय घेताना कायम त्यांच्या वयाचा विचार करते. फारच तरुण असणाऱ्या मुलांशी सेक्स करताना मला अतिशय किळस येते. माझ्यापेक्षा दहा वर्षांनी लहान माणसं चालतील, त्यापेक्षा लहान नाही... ही मी मर्यादा आखून घेतली आहे. एखादा माणूस बत्तीस वर्षाचा असेल असं समजून त्याच्यासोबत गेलं तर कधीकधी नंतर लक्षात येतं, की तो इतका मोठा नाहीय. अलीकडंच असा एक प्रसंग घडला. एक चोवीस वर्षीय तरुणानं मला बाहेर नेलं. तो वयापेक्षा मोठा दिसत होता.

आम्ही तिथं गेल्यानंतर त्यानं मला विचारलं, ''चेची, तू किती वर्षाची आहेस?''

''अठ्ठेचाळीस,'' मी उत्तरले.

मग त्यानं मला सांगितलं, की ''मी फक्त तेवीस वर्षाचा आहे.''

माझं वय ऐकताना त्याला जराही लाज वाटली नाही, ही गोष्ट मी टिपली. पूर्वीच्या काळी, एखाद्या तीस वर्षांच्या माणसासोबत पस्तीशीची बाई गेली आणि त्याला ते समजलं तर त्यानं हात झटकून म्हटलं असतं, ''मला तरुण बाई हवी आहे.''

त्याकाळी आम्ही वर्षा-दोन वर्षानं वय कमी करून सांगायचो. आता आम्ही अगदी दुप्पट वयाच्या असलो तरी काही अडचण नसते. पूर्वी, बसमधून जायचं तर माणसं समवयस्क दिसणारी बाईच सोबत नेत असत. प्रथमदर्शनी बायको वाटली पाहिजे अशी बाई... पण आता तशी गरज भासत नाही.

सध्याच्या काळात बरेचजण आपल्यापेक्षा वयस्क बायकांना अधिक पसंती देतात. सध्या पुरुषांना सेक्सबद्दल बोलायला आवडतं. पूर्वी असं नव्हतं. असं बोलणं दुर्मिळ असे. कुठंतरी जायचं, कमरेभोवती नेसलेलं सोडायचं... बस्स... इतकंच.

पुरुषांमध्ये झालेला आणखी एक बदल म्हणजे ते ब्ल्यू फिल्म पाहून तयारीनिशी येतात. त्यांना वाटतं, की तीस मिनिटं शक्य आहे. आम्ही पाहिलेल्या फिल्ममध्ये तीस मिनिटं चाललं होतं, असं ते सांगतात. अर्थातच, चूक त्यांची नाही, या सगळ्यात आपण कमी पडतो! मध्यमवयीन माणसं असलं मूर्खासारखं वागतात. तरुण तितके वाईट नसतात.

■

बारमध्ये गाऊन लोकांचं मन रिझवणाऱ्या एका बारबालेचं आत्मकथन

बारबाला

वैशाली हळदणकर

मी स्वत:ला वेश्या समजत नव्हते. माझ्या मनाच्या कोपऱ्यात मी स्वत:ची एक प्रतिमा हळुवार जपली होती. बाहेरून मला कोणीही ओरबाडलं, रक्तबंबाळ केलं तरी त्या प्रतिमेला मी प्राणपणाने जपणार होते. ती प्रतिमा एका कलाकाराची होती. मनस्वी कलाकाराची. पण मला हे जमणार होतं का? पुरुषांना जणू माझा वास यायचा, की ही अशी बाई आहे, जिला आपण चिरडू शकतो, वापरू शकतो.

माझ्याबाबत घडूनघडून काय घडणार होतं? काय घडायचं राहिलं होतं? जे काय घडायचं ते घडो; पण मला दोन वेळच्या जेवणाची भ्रांत नको होती. मुलांच्या आयुष्याची नासाडी नको होती. अपेक्षा खूप मोठ्या नव्हत्या पण जे आयुष्य होतं तसंच सुरू राहिलं असतं तर मी किती काळ जिवंत राहू शकले असते?

कशा अवस्थेत जिवंत राहू शकले असते?

कल्पिताहूनही भयानक वास्तवाचे दर्शन घडवणारी सत्यकहाणी

ब्लास्फेमी

तेहमिना दुर्रानी

अनुवाद : **भारती पांडे**

ब्लास्फेमी म्हणजे ईश्वरनिंदा, ईश्वराबद्दल वाईट बोलणारे कादंबरीचे हे शीर्षक अत्यंत चपखल आहे. धार्मिक सत्तेच्या जोरावर समाजावर अवलंबित अत्याचार करणारे धर्ममार्तंड, त्यांची क्रूरता, ढोंग हे किती पराकोटीचे असू शकते याचे शहारा आणणारे चित्रण 'ब्लास्फेमी'त आढळते. दक्षिण पाकिस्तानमध्ये घडलेल्या सत्य घटनेतून स्फुरलेली ही कादंबरी पराकोटीच्या दुष्टत्त्वाचं कठोर दर्शन घडवते. रक्तपिपासू धर्मनेत्यांनी भ्रष्ट केलेल्या इस्लामचे स्वरूप कोणतीही लपवाछपवी न करता वाचकांपुढे ठेवण्याचे धाडसाचे काम ही कादंबरी करते. वयाच्या केवळ पंधराव्या वर्षी अलौकिक सुंदर असलेल्या वीरचा विवाह तिच्याहून अठरा वर्षांनी मोठ्या असलेल्या पीरसाई या धर्मगुरुशी होतो; पीरसाई स्वत: तिला आपल्या समक्ष अनेक अनैतिक कामे करण्यास भाग पाडतो. धर्मगुरुच्या हुकूमाने, त्याच्या हवेलीत भयंकर क्रूरकृत्ये केली जातात. आणि तीही अल्लाच्या नावाने.